*Đành lòng sống
trong Phòng Đợi của lịch sử*

**ĐÀNH LÒNG SỐNG
TRONG PHÒNG ĐỢI CỦA LỊCH SỬ**
Phỏng vấn

Chủ biên: Trần Ngọc Nhị Hoàng
Trình bày bìa: Hubert Phan
Ảnh bìa: Nguyễn Mỹ Dung
Đọc bản thảo: Nhị Hoàng
Dàn trang: Long Trường
Thao Thao xuất bản California Hoa Kỳ 2021
ISBN: 978-1-7331317-1-1

Copyright © by CUNG TÍCH BIỀN

ĐÀNH LÒNG
SỐNG TRONG PHÒNG ĐỢI
CỦA LỊCH SỬ

Phỏng vấn Nhà văn Cung Tích Biền

Lý Đợi, Mặc Lâm, Đặng Thơ Thơ,
Tuần báo mạng Da Màu, Phạm Viêm Phương
thực hiện

THAO THAO

Đi cho hết, đời hoa sương cỏ
Con cúi đầu Tưởng nhớ Mẹ Cha
Trần Ngọc Thao

LỜI GIỚI THIỆU CỦA NHÀ XUẤT BẢN GIẤY VỤN

Nhà văn Cung Tích Biền, trước tiên là thuộc dòng Văn học Việt Nam Cộng Hòa. Ông là một Nhà văn Độc lập, đã thành danh từ lâu trước 1975.

Sau biến cố tháng Tư 1975 ông ở lại trong nước cho tới ngày hôm nay, 2015. Sống với chế độ mới, ông gác bút 12 năm, và "tái xuất giang hồ" vào năm 1987, với một bút lực sung mãn, phong văn nhiều phần khác trước. Theo rất nhiều các tiểu luận, nhận định của nhiều nhà phê bình văn học, về sáng tác của Cung Tích Biền đều có chung một nhận định, là súc tích, tài hoa, nhân bản và minh triết.

Với hơn 150 truyện ngắn và trên 30 tiểu thuyết, một số đã in thành sách, đã được dịch sang Pháp và Anh ngữ (không kể hàng trăm bài các thể loại, ngoài truyện ngắn - truyện dài, như tạp văn, tùy bút, tản mạn, nhận định phê bình, châm biếm, thơ, viết về các tác gia, và hồi-truyện-ký...).

Với bút hiệu Cung Tích Biền tính đến nay là đúng 50 năm (1965–2015). Nếu kể các bút hiệu khác, có trước, là từ năm 1956.

Trước 1975, một số tác phẩm tiêu biểu như: "Ngoại ô, Dĩ An và linh hồn tôi" (1966), *Cõi ngoài, Nỗi buồn thắp sáng,* "Trên ngọn lửa", "Kẻ ngoại lai", "Bạch hóa"... *Bên dòng nước biếc, Ai tình ai điên, Hòa bình Nàng tình rỗng, Mê lộ, Trường giang, Luống cải vàng...*Và sau 1975 là những tác phẩm tạo nhiều tiếng vang như: "Dị mộng", "Qua sông", "Thừa Dư", *Thằng Bắt Quỷ,* "Tự thú trước bình minh", "Rừng đom đóm", *Nhạc điệu của bầy ong, Mùa xuân cô Mơ Bay,* "Gia sản trong bóng đêm", "Gia sản dưới ánh trăng"... *Mùa hạ* (tiểu thuyết đăng thường kỳ 194 số báo, trên nhật báo *Người Việt*, California, Mỹ 2012)... Tân truyện *Xứ động vật,* gồm 20 tiểu truyện, đăng toàn bộ trên *Da Màu Văn chương Không biên giới,* 2008.

Hiện nay hầu hết các sáng tác trước 1975 và phần lớn những tác phẩm sau này của Cung Tích Biền đang bị Nhà cầm quyền cấm in ấn, lưu hành trong nước, nhưng ông đang là một trong những nhà văn được đông đảo độc giả trong lẫn ngoài nước tìm đọc, và rất ái mộ.

Có đông đảo Người đọc? Sự Cứu Rỗi này là nhờ *"Ân sủng Internet"*, nhờ *"Người Đưa Thư Google"* mang tới. Nó xóa đi phần nào những ranh giới Bất Khả Thoát đối với Người Đọc trong vòng rào của Chuồng trại. Một Chuồng trại có những nghìn năm văn hiến, biển Đông rì rào và biên giới cắm mốc.

Ngoài ra, theo hành trình văn chương trên nửa thế kỷ, Cung Tích Biền cũng đã được phỏng vấn rất nhiều, qua báo chí, đài phát thanh, các trang mạng.

Những cuộc trả lời phỏng vấn Dài-Hơi này đã phần nào soi sáng, biểu tỏ rộng rãi quan điểm của Nhà văn ở nhiều lĩnh vực quan trọng, ngoài văn chương học thuật.

Nhà xuất bản Giấy Vụn, phát hành tập sách này, gồm 4 (bốn) cuộc Đối thoại sau đây:

Một, do Nhà thơ Lý Đợi thực hiện, gồm 2 kỳ, đăng trên trang Văn học Talawas, *www.talawas.org,* tháng Hai 2007. Tháng Ba 2008 loạt phỏng vấn này được đăng lại trên trang mạng *Da Màu Văn chương Không Biên giới.*

Hai, phỏng vấn do Nhà văn Đặng Thơ Thơ thực hiện, trang mạng *Da Màu, www. Damau. org* dành riêng cho số đặc biệt (Chuyên đề) *Văn chương Cung Tích Biền,* thời gian một tuần lễ từ 23.3 đến 28.3. 2008.[1]

Cuộc phỏng vấn này gồm bốn 4 (bốn) kỳ báo, mỗi kỳ một chủ đề riêng biệt, được thực hiện qua e-mail giữa một người ở Quận Cam (Hoa Kỳ) và một ở Đồng Ông Cộ, Sàigòn.

Ba, phỏng vấn từ đài Châu Á Tự Do (RFA), do Ký giả Mặc Lâm thực hiện qua đường dây viễn liên từ nước ngoài gọi về Việt Nam, tháng Năm 2008. Cuộc phỏng vấn và đọc Tân truyện *Xứ động vật* được thực hiện qua bốn (4) kỳ phát thanh trên đài RFA.

Bốn, Cung Tích Biền trong tư cách Đặc phái viên văn học của tạp chí *Khởi Hành* (Sàigòn) "Gặp gỡ Nhóm Văn nghệ Trước Mặt, Quảng Ngãi". Bài đăng trên tạp chí *Khởi Hành,* 1969, *Thư Quán Bản Thảo* (Hoa Kỳ) in lại hai lần trên số 39 năm 2009, và số 56, năm 2013, qua hai số báo có chủ đề về *Văn học Miền Nam 1954–1975.*

---

[1] Theo lời Nhà văn Cung Tích Biền, trong phần trả lời các phỏng vấn, ông có chỉnh sửa không đáng kể đôi chữ, nhấn mạnh đôi chỗ, cho rõ nghĩa, nội dung hoàn toàn không có gì đối khác so với các bản đã đăng tải [GV].

Chúng tôi mong rằng, các cuộc phỏng vấn này, sẽ mang đến cho quý độc giả một cái nhìn không chỉ riêng từ nhà văn, không riêng của văn chương, mà phần nào là Cái Nhìn chung về chiến tranh, thời sự, văn hóa, tình trạng xã hội, thân phận con người trong suốt thời gian dài lịch sử chúng ta đã kinh qua.

Mong rằng đây cũng là một tài/tư liệu tuy riêng mà chung, bày lộ phần nào tâm cảm, tâm thức một thời, sẽ phần nào soi sáng một góc nhìn, có thể hữu ích cho công việc nghiên cứu văn học nước nhà mai sau.

Chúng tôi khiêm tốn trong một đóng góp nhỏ nhoi mong bảo tồn những tài sản trí tuệ đang dần dà bị mờ xóa, bị khuất bóng bởi nhiều lý do thời cuộc khác nhau.

Nhà xuất bản Giấy Vụn

LỜI NHÀ XUẤT BẢN THAO THAO

Tập sách *Đành lòng sống trong phòng đợi của lịch sử* được Nhà xuất bản Giấy Vụn và Magazon in ấn và phát hành lần đầu tiên vào năm 2015, nhân kỷ niệm 50 năm bút hiệu Cung Tích Biền.

Lần tái bản này, chúng tôi in lại toàn bộ các cuộc phỏng vấn đã có trong lần in trước đây. Và, thêm vào sách, là cuộc phỏng vấn của Trang Văn học Tuần báo Mạng Da Màu, và cuộc phỏng vấn của Dịch giả Phạm Viêm Phương, được thực hiện vào đầu năm 2020.

Năm 2021 cũng là năm kỷ niệm 65 năm cầm bút (1956) và 55 năm xuất hiện bút hiệu Cung Tích Biền (1966).

Chúng tôi mong rằng tập sách sẽ đóng góp một tư/tài liệu tạm đầy đủ về một Nhà văn đã có một cuộc sống dài lâu, vừa là một chứng nhân tham dự, cũng là nạn nhân chịu lấy, qua suốt những thời kỳ khắc nghiệt của lịch sử nước nhà. Ông có tuổi thơ thời Pháp đô hộ, tới thời Nhật thuộc; cuộc chiến tranh Việt-Pháp chín năm ông sống trong vùng Kháng chiến Liên khu V; hai mươi mốt năm chế độ Cộng hòa tại Miền Nam; hơn bốn thập kỷ sống trong nước Việt Nam Xã hội Chủ nghĩa; lúc tám mươi tuổi ông sang định cư trên đất Mỹ, cho tới ngày hôm nay.

Với một phong cách trả lời phỏng vấn khá đặc biệt; dài hơi, mở rộng vấn đề, từ đại lược đến những chi tiết nhỏ tưởng có thể bỏ qua; từ văn chương học thuật bước sang nhiều lĩnh vực nằm ngoài; nhà văn nhân đó đã chỉ ra nhiều hiểu biết liên quan, rất cần thiết. Chúng ta cũng dễ dàng nhận ra, và nhặt ra, trong nội dung hỏi đáp của ông, những phần sáng tác. Đó là những đoạn/đoản văn là tùy bút, phiếm luận, những châm ngôn, những bình luận mang tính nghiên cứu, những giảng giải trải rộng tầm hiểu biết; tất cả đã thể hiện một tích cực cống hiến, một cái nhìn tổng quan, qua mỗi câu hỏi được đặt ra.

Chúng tôi chân thành cảm ơn quý vị đã có tấm lòng phỏng vấn. Cảm ơn tất cả các nhà văn, các nhà phê bình đã có những nhận định liên hệ, chúng tôi đã mạo muội trích đăng vào tập sách này. Chúng tôi thành tâm cảm ơn quý độc giả bốn phương đã từ bao nhiêu năm đoái hoài đến văn chương của nhà văn Cung Tích Biền.

Trân trọng.

Nhà xuất bản Thao Thao

ĐÀNH LÒNG SỐNG TRONG PHÒNG ĐỢI CỦA LỊCH SỬ

Lý Đợi *thực hiện*[1]

*Cung Tích Biền, cầm tinh con Trâu,
trên cánh đồng Gò Nổi, Xứ Quảng*

(Ảnh: Uyên Hà, 2007)

Kỳ I
Lời giới thiệu của người phỏng vấn

Sau gần ba tháng thực hiện bài phỏng vấn, và cũng là dịp để sơ lược, hệ thống lại một phần tác phẩm cùng văn nghiệp của nhà văn Cung Tích Biền, cũng như qua những hé lộ về cuốn hồi ký mà ông đang hoàn thành, tôi biết rằng, để viết một lời giới thiệu đầy đủ về nhà văn này thật là khó khăn. Hơn nữa, khi nhận những câu trả lời cuối cùng của bài phỏng vấn, tôi lại nhận được một lá thư riêng, trong đó có một đoạn viết như sau:

"Cả mấy tháng nay bận. Gắng trả lời phỏng vấn của em đây. Nội dung căng, nhưng khá thú vị. Bản thân anh cũng thích đương đầu. Và yêu Sự thật. Do vậy bài phỏng vấn này em muốn chạy cho Talawas cũng được. Mà giữ lại trong ngăn kéo cũng nên, xem như một quà tặng cuối đời anh dành tặng Lý Đợi vậy. Cũng là tư liệu... Tuy nhiên có điều này cần bày tỏ cùng em. Bao năm nay anh đã Ra Ngoài. Không tơ hào gì Cõi Bên Trong. Gần gũi với anh lâu nay chắc em hiểu. Anh sống mà như vắng bóng. Ít tâm sự cùng ai. Đời hiểu lầm anh không ít. Vài ngộ nhận chết người mà anh không bao giờ cải chính. Mặc áo Lặng Thinh."

Do vậy, cách hay nhất là "vượt qua lời giới thiệu", tôi xin trân trọng chia sẻ cùng tất cả độc giả của talawas một phần công việc mà tôi đã cùng nhà văn trao đổi trong thời gian qua, còn những phần "gay cấn khác", tôi xin giữ lại trong "ngăn kéo" – như chính yêu cầu của nhà văn vậy.

Lý Đợi: *Ngay cái cớ đầu tiên mà nhiều người muốn phỏng vấn ông, là tại sao rất lâu rồi không thấy ông xuất hiện trên văn đàn, do thấy không có gì mới hay do một vài bối cảnh chính trị - văn hoá - văn học trong suy nghĩ của ông đã thay đổi?*

Cung Tích Biền: Quả, rất nhiều năm tôi không xuất hiện trên văn đàn, hẳn có duyên cớ.

Tôi xin mở một dấu ngoặc. Trong hơn mười năm lại đây tôi vẫn thường xuyên làm việc nhưng không gởi truyện đăng bất cứ đâu. Khi đó tác phẩm của tôi lại thỉnh thoảng xuất hiện trên nhiều báo hoặc các tuyển tập, trong cũng như ngoài nước. Xảy ra sự vụ này là do phần lớn các tòa báo hoặc các nhà xuất bản đã tự ý chọn đăng, không hề xin phép hoặc thông báo cho tôi biết việc đăng tải này.

Xin đơn cử một vài trường hợp. Nhà xuất bản Kim Đồng, Hà Nội, in "Thằng Bắt Quỷ" trong *Truyện ngắn Việt Nam thế kỷ XX* – truyện này đã đăng *Cửa Việt* năm 1991; tạp chí *Hợp Lưu* (Mỹ) đăng lại 1992, nhà xuất bản Tân Thư (Mỹ) in trong tập truyện ngắn *Thằng Bắt Quỷ* 1993. Nhà Kim Đồng khi in xong sách, mấy tháng sau có tìm đến tôi tặng sách và gởi ít tiền nhuận bút đàng hoàng.

Nhà xuất bản Văn học (trong nước), in truyện "Không thể là hiện thực" trong tuyển tập *Đêm bướm ma* – truyện này của tôi đã xuất hiện trên *Hợp Lưu* năm 1999 với tựa đề là "Đêm hoang tưởng", và sau là Tập san *Văn chương*, in lại năm 2000. Nhà Văn học tự lấy truyện in, không hề xin phép tác giả, không trả nhuận bút, thậm chí không hề tặng người có tác quyền một quyển sách nào.

Năm rồi tạp chí *Hợp Lưu*, Mỹ, số "Đặc biệt kỷ niệm 30 năm kết thúc chiến tranh Việt Nam" 1975–2005, có thông báo với tôi việc chọn đăng truyện ngắn "Bạch hoá" – truyện này tôi sáng tác từ 1968, đăng trên một tập san văn chương tại Sàigòn, là Tuần báo *Khởi Hành*, số 1, năm 1969, sau đó Nhà xuất bản Sóng chọn in trong tuyển tập *Những truyện ngắn hay nhất quê hương chúng ta* (Sàigòn, 1974).

Nói chung, hầu hết đó là những truyện của tôi đã đăng hoặc đã in thành sách từ lâu. Nay, tùy nghi báo nào, nhà xuất bản nào muốn đăng, in lại, là do chủ trương riêng, mỗi.

Một lý do khá rõ nữa là mười lăm năm nay tôi ẩn dật, không giao du nhiều, cắt đứt cả những mối quan hệ có trước, không thư từ. Thêm, là hoạt cảnh văn chương nghệ thuật, chợ Chữ buổi này chẳng mấy vui.

Viết mà cho vào ngăn kéo, là một điều không may. Đăng trên mạng đồng bào mình muốn đọc phải tìm cách, khó khăn vượt tường lửa lại một bi đát cực vô lý.

Nhìn chung, ***Nhà nước muốn, và họ đã thực hiện được chính sách ngu dân***. Đó là hiện tình, đa phần dân chúng, hôm nay, không cần tới văn chương nghệ thuật tạm gọi là thứ thiệt. Khô cằn, phù thủng, đeo mặt nạ, cà thọt chân giả, thì mặc. Không ai tha thiết tới. Đã có những thứ trám vào chỗ thiếu hụt tư tưởng này. Lo làm ăn, nâng cao đời sống kinh tế, là thiết thực. Nhà cao cửa rộng, túi tiền đầy, mặc sang, ăn ngon, vui chơi sướng, là thỏa rồi.

Hiện tình, có đa phần quần chúng, cả cao lẫn thấp, say sưa trong một thưởng ngoạn văn chương, âm nhạc, phim ảnh, loại xoàng xoàng rau cải chợ; cũng tha thiết mùi mẫn, nịnh nọt, đôi khi đổ máu anh hùng, nhưng tựu trung sức sống chính nó không lâu hơn một đĩa gỏi hay mớ xà lách trộn, phục vụ gấp cho bữa tiệc thời trang.

Một đại bộ phận quần chúng hôm nay thực sự không cần đến những gì cao siêu của văn chương học thuật. Không cần nâng cao não trạng. Không có tự do ngôn luận, tư tưởng, vẫn sống phây phây. Đây là một quần chúng tồn tại bằng thịt khối. Được ru ngủ bởi một đời sống kinh tế tương đối ấm êm trong thời buổi chỉ mở cửa cho "miếng ăn".

Họ bỗng dưng khá xa lạ với những cụm từ ngôn luận, nhân quyền. Với đại bộ phận nhung nhúc này, đòi hỏi dân chủ, tự do, nhân quyền, quả là điên.

Nếu hô hào đòi hỏi quyền được công khai tư tưởng, hành động chống lại bất công, nhận trách nhiệm một công dân nghiêm chính, một trí thức có thái độ, một nhà sáng tác nhận rõ thiên chức, anh/chị phải đương nhiên trả giá.

Có thể chúng ta không hề sợ sự trả giá này, vì đã tự nguyện chọn nó cho nhân phẩm chính mình, nhưng cái giá cao hơn hết là anh bị tàn phế. Tôi nói tàn phế toàn diện. Đượm mùi tanh tưởi đòn thù. Tôi đã có kinh nghiệm khá rõ về sự tàn phế này.

Với một người cầm bút, phải hiểu chỗ thực tại hiểm nghèo. Phải ẩn mình, dành thời gian để làm công việc lâu dài của một nghệ sĩ sáng tác. Trong thầm lặng vẫn có điều kiện để đóng góp cho cộng đồng.

Lý Đợi: *Xin ông nói rõ hơn hai chữ thực tại?*

Cung Tích Biền: Tại đây, hôm nay, trên dưới trong ngoài tả hữu sớm chiều, đầy rẫy những bi hài, chuyện lạ lùng dơ dáy ít nơi nào có. Cứ mỗi sớm mai mở báo mà xem. Nhưng phải nhìn rõ, nhận diện. Đó phải chăng là những chất liệu để cấu trúc, dàn dựng tác phẩm văn học. Hay chỉ là những rác rưởi một xã hội bệnh hoạn mưng mủ, tất yếu phải chảy cái đen sì tanh tưởi của chính nó. Chúng ta không cần thiết tốn giấy mực ghi lại.

Cái gì mà không có cái Xác-sẽ-chết? Ngay một chiều xuân anh có thấy những cánh mai tàn tạ. Lịch sử cũng thế thôi.

Hoàn cảnh nào để ra đời một tác phẩm gọi rằng lớn, có sức sống lâu dài?

Đó là thời hoàng kim, thượng hạ minh sáng, có cái Đẹp, và người sáng tạo được quyền tự do biểu tỏ. Hoặc đó là cái đáy lịch sử khốn cùng, lúc quê hương và đồng chủng chôn vùi trong đoạ lạc, mê muội, tương tàn. Phải nói lên, viết ra, cái Tiếng Nói còn ẩn mật trong lẽ biến, di, thành, hoại, của định mệnh con người, của lịch đại nhân loại. Chứ không phải "Cái" cũng rủi ro, cũng đau khổ, chỉ do một bọn cường khấu mãi lộ, bọn sơn lâm vô lại chỗ truông đèo.

Nơi đây hôm nay, là truông đèo của bọn cuồng khấu, khó tìm ra cái biểu trưng nhân văn. Cái hiện diện nơi này – ngô khoai chẳng ra khoai ngô – đúng ra chúng không đáng có theo lẽ công bằng, trong một đất nước có minh trị. Nó rất không đủ kích động cho nghệ thuật đích thực, mà chỉ làm lượm tởm. Hãy lánh nó đi, lui về, nếu không muốn đánh đồng rác rưởi.

Làm giặc như Cao Bá Quát thì tuyệt. *Nhưng thời đại Cao Bá Quát tuy thế, vua chúa hãy ngây thơ chính trị, lỏng lẻo cùm gông, nên vẫn còn con đường để "Bước Ra Mà Làm Giặc."*

Lý Đợi: *Thưa, thế thì nhà văn ở vị thế nào?*

Cung Tích Biền: Là một nhà văn tôi chỉ có chính kiến. Tôi bất lực trong hành động. Kẻ hèn này xin nghiêng mình kính phục những nhà cải cách, các chính trị gia, những trí thức yêu nước đang xả thân cho tự do, dân chủ, nhân quyền. Hoàn cảnh chung trong lúc này, theo tôi, là:

"Đành lòng sống trong Phòng Đợi của lịch sử."

Anh có đồng ý với tôi dân tộc chúng ta là một dân tộc kỳ vĩ? Đã có lịch sử minh chứng cho cái cách nói nghe ra cải lương, cường điệu rẻ tiền này. Bà con quanh ta xưa kia là những con người giàu nhân ái, biết thế nào là đức lý làm người, là danh dự giống nòi. Vậy mà sao bây giờ, hôm nay, cái nhân quần này tức tốc thành tinh thành ma như vậy. Mà sao hôm nay, bây giờ, chúng là thầy, là cha chú, chỉ đạo cả ác quỷ, sa tăng. Do đâu? Từ cái gì anh hẳn đã biết.

Vì sao đã hơn 30 năm hoà bình thống nhất con người Việt trở thành con người Diệt lẫn nhau. Anh đi ra, anh đi về, anh thấy nơi nào người Việt, lẫn người Diệt, có cùng tiếng nói tiếng cười, trừ bè đảng của chúng tung hê nhau?

Không có gì là ẩn dụ cả. Nó khá rõ trên một đất nước mà anh cũng như tôi, chúng ta có một bầu trời mênh mông, nhưng chỉ một bước chân giới hạn để tạm trú qua đêm trên xứ sở này.

Lý Đợi: *Những ý kiến khác cần ông triển khai thêm cho ý vừa trả lời?*

Cung Tích Biền: Không có gì cần triển-khai để trải-khiên nỗi niềm khi anh đang trên một bờ vách hiểm nghèo, bị toàn triệt, hai tay không thể bấu víu vào đâu, vì còn phải cầm bút, một việc làm thân thiết và cấp thiết. *Phải nhận ra chỗ bát ngát bình sinh mà sinh mệnh chúng ta chỉ mỗi nghiệp dĩ: VIẾT.*

Ngoài cái Đạo, theo tôi, nhà văn còn một thứ vốn liếng chí thiết, đó là Thời gian. Hãy dành dụm ánh sáng ấy cho sáng tạo, cho tác phẩm, như con tằm trong nong nia từng giây nhả kén.

Hãy bảo toàn thanh sạch, để có cái làm sử liệu cho mai sau. Hãy luôn nhìn một cách chân thành những sai lầm chính mình. Tôi không có gì quá đà để phải "đau lòng phản tỉnh". Nhưng tôi nghĩ không bao giờ sự phản tỉnh, sự tái dựng là muộn màng.

Lý Đợi: *Xin được nghe lại, ông đến với văn học như thế nào? Lúc ấy ông đang ở đâu, bao nhiêu tuổi? Bối cảnh thời cuộc lúc ấy?*

Cung Tích Biền: Trong đời thường cũng như trong tác phẩm, xưa nay tôi rất kỵ bàn tới chuyện riêng tư, nói về mình. Nay đại ca điều tra lý lịch, tại hạ đành tâm sự vậy.

Tôi may mắn sinh trưởng trong một gia đình có truyền thống chữ nghĩa thơ phú. Hồi còn học trung học đã tập tễnh làm thơ viết truyện ngắn. Năm 1958, tôi được một giải thưởng truyện ngắn toàn Quảng Nam. Lúc học tại Huế, được một giải thơ của trường Quốc Học. Khởi đầu thôi, nhưng cũng như nhiều bạn bè có năng khiếu văn chương thời trai trẻ, chúng tôi hăng hái lắm.

Dù thế, ngay khi còn là sinh viên, tôi hiểu mình rất kém cỏi. Ngoài hai mươi tuổi, ký ức hãy còn mỏng, kiến thức lẫn kinh nghiệm chưa đủ cho một sức nặng của văn chương, tôi ý thức về cái Đọc.

Và bắt đầu đọc rất nhiều. Hồi đầu đọc lung tung, bị tẩu hoả nhập ma. Sau, đã biết hệ thống, thụ nhận được tinh hoa, có nghệ thuật kết nối được giữa Đọc và Học. Anh học được gì từ cái Đọc. Và anh đọc cái gì mang lại hữu ích cho sự Học. Sự Học ở đây, với người nhà sáng tác, sáng tạo, chính là lót cái nền học thuật, tư tưởng, cái bề dày, sức nặng, bản lĩnh và kinh nghiệm. Rồi cơ duyên đưa tôi một đời đi theo Chữ. Tôi lại rất mê di chuyển, ngao du, nên hiểu thêm sông núi.

Tôi học không đến nỗi ngu, nhưng sống rất bạt mạng, sanh tử, nhiều tưởng vọng. Tôi chơi nhạc, nhiều loại nhạc cụ, ở tuổi hai mươi tưởng mình có thể thành nhạc sĩ. Tôi tập cho bạn bè vũ múa. Viết kịch và diễn kịch.

Đầu những năm 60 ở Huế, một thời gian, tôi phụ trách một chương trình thơ cho đài phát thanh Huế. Chương trình mang tên *Con tàu Thi ca*. Thuyết minh cho chúng tôi là Bùi Ấu Lăng một nữ sinh viên Đại học Sư phạm. Cô học rất giỏi, tính cách đoan trang, có một giọng Bắc rất chuẩn, quyến rũ, ấm và đẹp. Uyên, Thi, Xuân, Đường diễn ngâm và nhạc đệm. Tôi đứng mũi chịu sào, chọn thơ, viết bài bình luận, bao giàn.

Kể cũng vừa bạo vừa ngây thơ. Ngoài các chương trình thông thường, tôi làm ba chương trình liền nhau những nhà thơ tiền chiến đang sống dưới chế độ Hà Nội. Cho là thân cộng sản đài cúp ngay cái đám miệng còn hôi sữa. Thế là chết yểu. Tôi nói ngây thơ vì tháng ngày này chiến tranh Nam Bắc Quốc Cộng đã hình thành đủ thù nghịch, con đường tư tưởng đã sẵn lòng lót xác chết làm phương tiện băng qua.

Tuổi trẻ, dọc dài con đường dò dẫm thử nghiệm, tôi trải qua nhiều bút hiệu lúc khởi đầu. Tất cả bút hiệu này chưa gây cho người đọc một ấn tượng nào. Một vài giải thưởng nhỏ nhoi không kích động được gì.

Tôi hiểu đường dài. Và hiểu cái Còn-lại. Tác phẩm trước tiên, lúc chưa đến tay người đọc, đã phải chịu sự kiểm duyệt, đào thải từ chính tác giả. Tôi viết rất nhiều, xé bỏ cũng nhiều. Cả đời làm thơ, có giải thưởng, mà xé tất, vứt sọt rác, vì tự biết thơ mình dở lắm, không âm hưởng bằng một tiếng chuông chùa gõ hờ đâu đó trong đêm không.

Lý Đợi: *Vậy, bút hiệu Cung Tích Biền có từ lúc nào?*

Cung Tích Biền: Đó là tháng Mười một 1965, tôi viết truyện "Ngoại ô, Dĩ An và linh hồn tôi". Lúc này tôi lưu lạc tận miền Tây. Tác phẩm này hình thành tại Bạc Liêu, Sư đoàn 21 Bộ binh. Ngoài Trung phần, Binh đoàn trực chiến đầu tiên của quân viễn chinh Mỹ đã cập cảng Non Nước, Đà Nẵng.

Tháng Ba 1966 truyện đăng trên tuần báo *Nghệ Thuật*, một tạp san văn chương có giá trị tại Miền

Nam bấy giờ – do nhà văn Mai Thảo chủ trương, Viên Linh thư ký toà soạn – với lần đầu tiên tôi ký bút hiệu Cung Tích Biền.

Đã 50 năm (1956) kể từ "Con nhện tập tễnh giăng tơ" và ròng trên 40 năm một bút hiệu này. Một cái tên, nhiều thăng trầm.

Tôi đến với văn chương như thế. Mặc dù trong đời thường tôi cũng luôn có sự ngờ nghệch, vấp váp, nhưng với chữ nghĩa tôi cố gắng để rất mực nghiêm chính, trung thành và cả chân thành tận hiến.

Cả một đời vợ con tôi chưa hề mua được một vật dụng gì cho ra hồn, từ tiền nhuận bút của tôi. Cũng may, tôi có một gia đình cam chịu. Êm đềm và giàu tha thứ. Vợ con luôn lo cho tôi đầy đủ cơm ăn, rượu uống, thuốc chữa bịnh, áo quần, sách đọc, cùng thời gian thơ mộng để viết lách.

Lại may, văn chương đến nay, đối với tôi như một người tình chung thuỷ. *Nó không phụ rẫy tôi, để tôi phải bỏ từ nó, mà đành theo một nghề khác.* Đã thành nghiệp (hay oan nghiệp?) lúc nào tôi cũng viết được, dù trên đường ba mươi năm sau này, kể từ 1975, luôn chông gai bị gậy. Có nói lộn ngược lại, cũng bị gậy chai gông. Quả là một cuộc chung tình rướm máu.

Lý Đợi: *Nhiều người nói phong cách văn chương nghĩa là mang địa phương tính, không có một nhà văn nào từ hư vô đến, ông nghĩ gì về điều này? Là một nhà văn – người am hiểu, gắn bó tâm hồn mình với tính cách Quảng, ông nghĩ gì? Cụ thể nó để lại dấu ấn như thế nào trong nếp nghĩ của tác phẩm, trong cách hành xử và những dự phóng trong tư tưởng?*

Cung Tích Biền: Tôi nói rõ, tôi Quảng Nam chánh gốc, nhưng rất ghét một số "Cái" được gọi là Quảng Nam tính. Gàn. Cãi. Cái gì cũng cãi, cãi minh triết, cãi lương thiện, lẫn cãi cù nhầy ngu si, cãi bướng lấy được của bọn vô học. Vừa cãi vừa khích bác người. Người Quảng Nam có cái bổn tính không thể sửa chữa được, là ***"Thà chịu người ta ghét kỵ, chớ không chịu mần thinh"*** – mần/làm thinh, là âm nôm của từ Hán-Việt "hàm thanh" / ngậm tiếng.

Vì ham biện luận nên đôi khi rơi vào chỗ chủ quan, thiếu tỉnh táo để soi ngắm, để nhìn lại mình. Nóng nảy đôi khi không cần thiết. Trực tính đến mất chức, tán gia bại sản, cả tiêu tùng nhân mạng.

Nói thẳng vào mặt người. Người bị mắng lúc đó thấy đúng, có thầm phục "thằng Quảng Nam này", nhưng rồi sau, sinh ra thù hận, đố kỵ. Bọn đố kỵ đa phần hèn hạ, đặt điều vu khống, để bôi lọ rêu rao. Tính bầy đàn là tính ưu việt của bọn tiểu nhân. Chúng rập tâm mà đốn thì đến đại thụ như Nguyễn Trãi, Ông Ích Khiêm, cũng trốc gốc.

Người Quảng Nam không làm quan to được, mà hoạn trường ngắn ngủi lắm. Từ khi cha sinh mẹ đẻ tới nay, đã tuổi cổ lai hy, xa Đất Quảng trên bốn mươi năm chưa bao giờ tôi đi họp cái gọi là Hội đồng hương Quảng Nam, ở Sàigòn hay bất cứ đâu. Quảng Nam thiếu thân thiện, không có tính hợp đoàn, "năm gia đình có thể lập... hai cái hội đồng hương", không biết nói khéo, không coi ai hơn mình, chia rẽ tận mạng.

Ai bảo những nhận xét trên đây của tôi là sai tôi cãi tận mạng.

Nhưng người Quảng Nam cũng có nhiều cái cả nước phải khâm phục. Được tiếng thông minh, học giỏi. Cương trực. Ruột thịt cùng một mẹ một cha, anh cộng sản thì Cộng, em quốc gia là Quốc, tả hữu thù nghịch phân minh, không ai chiêu hồi được ai, ngon thì đem súng đạn ra mà trò chuyện.

Đề ra một mục đích, một lý tưởng chỉ nam, là trọn đời đi theo nó, như nghiệp dĩ, là định mệnh thuỷ chung, không "bán đồ nhi phế".

Tiền bối của Quảng Nam đa phần thanh liêm tài trí, giỏi thơ phú. Đỗ cử nhân, phó bảng, tiến sĩ, hoặc có tài năng, phần đông sĩ phu xứ Quảng Nam không ưa làm quan, hoặc lỡ chốn quan trường, đều trọn một đời xả thân vì nước, chịu tù đày, án tử, hoặc chung thân thanh bần, giữ khí tiết. Phạm Phú Thứ, Ông Ích Khiêm, Hoàng Diệu, Trần Dư, Tiểu La Nguyễn Thành, Nguyễn Duy Hiệu, Phan Thành Tài, Phan Châu Trinh, Huỳnh Thúc Kháng, Trần Quý Cáp, Thái Phiên, Trần Cao Vân, Châu Thơ Đồng, Phan Khôi, Bùi Giáng... và nhiều nữa. Xứ Quảng địa xuất tinh anh, nhân tài đủ mọi lĩnh vực, nhất là văn chương, nghệ thuật, báo chí, làng huyện nào cũng có người nổi trội trong cả nước.

Giữ thân mình cho vinh thân phì gia chốn quan trường là không được nhắc tên ở lòng người Xứ Quảng. Người ta nhắc đến Ngũ Phụng Tề Phi (ba vị tiến sĩ, hai phó bảng) là nêu gương Cái-Sự-Học chớ chung thân năm vị ấy không đóng góp gì nhiều cho núi sông. Quảng Nam nhắc, là nhắc cụm từ Ngũ Phụng Tề Phi, chớ không tôn vinh một cá nhân nào riêng trong ấy, ngay cả tiến sĩ Phạm Liệu.

Đại ca tra vấn, tại hạ phải trả lời, chớ:

"Nơi nao chẳng có anh hùng.

Chỗ mô mà thiếu thằng khùng đứa điên."

Cứ gì Quảng Nam.

Lý Đợi: *Thưa, trong tính cách đó chắc chắn ông thấy được thế mạnh của mình? Và cả những cái nhược* *nữa, đúng không? Với tư cách là người cầm bút ông sợ nhất điều gì, và khoái chí nhất điều gì?*

Cung Tích Biền: Thế mạnh? Chỉ mỗi địa phương tính thì không thể là thế mạnh trong nghệ thuật, sáng tạo. Mà chỉ là góp một phần nhỏ đặc trưng, tính cách mà thôi. Nhược ư? Có đấy, biện luận sát rạt (Quảng Nam mà) lúc cần phải êm đềm, lại rất chi ồn ào khi cần một lặng yên nhịp điệu.

Điều quan tâm của người sáng tác là Ra-Rất-Xa, cõi ngoài tìm nhặt. Buông cái ngay trong lòng tay nếu không cần thiết. Đi tới chỗ: "Thế lộ kim phong", là "Cơn gió vàng bày lộ cái thể nó ra".

Sợ ư?

Năm 1976 chúng tôi gặp một nhà văn từng ***vang bóng một thời*** trước 1945, ông cho biết sở dĩ ông biết Sợ nên ông sống được với Hà Nội mấy chục năm qua. Không những do "biết sợ" để tai qua nạn khỏi, sống bình thường, sống sót, mà do "biết sợ" mà sống có địa vị, hưởng nhiều bổng lộc. Ông khẳng định: ***"Tôi tồn tại vì tôi biết sợ".***

Đây là một cái Sợ đáng được lưu danh?

Tôi Sợ cái lưu d[m]anh này.

Khoái ư? Là lúc vượt được tường lửa trên internet.

Lý Đợi: *Những ý mà ông cần nói thêm cho những câu vừa hỏi ở trên?*

Cung Tích Biền: Xem như tạm đủ, đại ca.

Lý Đợi: *Khi ông bắt đầu được mời viết feuilleton cho các báo, lúc cao điểm nhất là bao nhiêu tờ? Đó là những năm nào? Nghe nói ông viết ở tiền đồn và khi đó ông là sĩ quan Việt Nam Cộng Hoà?*

Cung Tích Biền: Cao điểm từ 1968 đến 1973. Tôi mang cấp bậc Đại uý Quân lực Việt Nam Cộng Hoà. Tôi ở tiền đồn Đức Hòa, tỉnh Hậu Nghĩa, năm 1970 về căn cứ Trảng Lớn, Tây Ninh.

Viết feuilleton là viết tiểu thuyết (truyện dài) thường trực cho nhật báo. Mỗi kỳ báo một kỳ bài. Thời gian nào dành cho súng đạn, hoặc đêm nhảy đầm uống rượu, đánh xì phé mỏi mệt, không có kịp bài thì toà soạn bỏ giấy trắng phần đó, với hàng chữ "cáo lỗi độc giả". Toà soạn không có quyền thay vào chỗ trống đó bất cứ một bài gì.

Thông lệ, trước 1975, mỗi nhật báo có tám trang khổ lớn. Phần tiểu thuyết được cố định ở trọn một trang 7. Sáu hoặc bảy cây bút được mời cộng tác. Diện tích khu vực đăng bài (số chữ) bằng nhau, nhưng nhuận bút khác nhau, tùy theo tên tuổi, tài viết, độ ăn khách, của mỗi cây bút. Chẳng hạn, năm 1971 nhật báo *Độc Lập*, Thư ký toà soạn Hoàng Châu, trả nhuận bút hạng 1 cho tôi mỗi tháng 25 nghìn đồng (vàng chừng 20 nghìn đồng/lạng). Hồi này tôi chưa lập gia đình, sống bạt mạng, viết nhiều, tiêu hoang nhiều, tiền núi, mà tháng nào cũng cạn láng.

Có một thời gian, cùng lúc tôi viết feuilleton cho năm (5) tờ nhật báo: *Độc Lập, Đông Phương, Điện Tín, Sóng Thần, Hoà Bình*. Báo *Điện Tín* trả nhuận bút thấp nhất.

Ngoài ra còn viết mỗi tuần một kỳ hai trang cho tuần báo *Đời*, do nhà báo Đỗ Quý Toàn thư ký toà soạn, hoạ sĩ Đằng Giao trình bày, trang báo rất trang trọng, đẹp. Những truyện dài *Bên dòng nước biếc, Luống cải vàng, Bến mưa ngâu, Nỗi lòng của Phương Đông* của tôi xuất hiện trên *Đời*.

Cũng thời gian này, truyện dài *Những bọ và rắn* được đăng trên tạp chí *Quần Chúng* do nhà báo Cao Thế Dung chủ trương. Truyện dài *Trường giang*, đăng trên tuần báo *Khởi Hành*, do nhà thơ Viên Linh thư ký toà soạn.

Tôi xin nhắc, feuilleton tôi dùng ở đây là từ dùng riêng cho tiểu thuyết đăng từng kỳ ở nhật báo. Truyện dài đăng tạp chí, tuần báo, ở miền Nam trước kia, được quen gọi là "truyện đăng nhiều kỳ". Nên phân biệt chỗ này. Truyện đăng nhiều kỳ, nhà văn có nhiều thời gian để chăm chút cho đứa con tinh thần của mình.

Không phải nhà văn nào cũng có tài viết feuilleton, dù nhà văn đó cao cấp, nổi tiếng. Có thể quý vị ấy không có cái tạng viết dài dòng cà kê dê ngỗng kiểu nhật báo.

Văn chương feuilleton tuy hấp dẫn sinh động, tình tiết éo le, rất đời, lôi kéo hằng nghìn độc giả mải mê mỗi ngày. Người đọc tứ phương khoái chí gởi thư về toà soạn ngợi khen tác giả – có khi tôi nhận hàng đống thư tại toà soạn – nhưng phải trả cái giá chính nó: *cứ là "văn feuilleton"*.

Rất nhiều nhà văn in truyện feuilleton thành sách, bán chạy như tôm tươi. Nếu muốn làm giàu thí cứ in. Nhưng nó, theo tôi, vẫn cứ là văn chương nhật báo. Một dạng Quỳnh Dao.

Cho đến nay tôi chưa hề in một tác phẩm nào trong hơn 20 truyện dài đã đăng hoàn chỉnh trên các nhật báo Sàigòn. Tôi nói riêng truyện đã đăng nhật báo.

Lý Đợi: Thưa ông, mấu chốt để làm nên một tác phẩm văn chương - nghệ thuật là gì?

Cung Tích Biền: Tất cả cái được gọi là mấu chốt tiêu chuẩn khuôn mẫu tiêu chí khuôn vàng thước ngọc hôm nay bây giờ đã bị tháo tung đảo lộn đầy nghi hoặc. Là sương mù hàng lối. Nghệ thuật đã mau chóng lấy cái "phi trật tự nhân gian" làm nghệ thuật. Cái vô hình là hữu hình, và ngược lại.

Không có mấu chốt – mốt chấu nào cả khi cái Mới phủ nhận ngay cái Chưa-qua. Không hề có cái Đứng-yên trong văn chương nghệ thuật. Bao tư trào lưu chảy nổi lửa sóng cuồng cổ điển hiện đại tiền hậu tân cựu nội ngoại tâm diện được mau chóng nhận diện tức tốc hình thành tức tốc ảnh hưởng phủ trùm rồi chớp nhoáng chui vào cửa hầm quá khứ.

Một cái bàn? Còn có loại bốn cái chân, ba chân, một chân, "nửa" cái chân, thậm chí không có chân chỗ trà đạo, huống chi nghệ thuật, cả nghệ thuật đọc, xem, nghe, sờ, lẫn nghệ thuật tâm-thính-thần-thị qua con đường trí huệ chỗ hư tưởng.

Tuy nhiên theo tôi, chỗ tối thượng thiểu, cái mốt-chấu (nó làm tình xít–nớp với cái mấu chốt) của một tác phẩm văn chương nghệ thuật, là ngoài tất cả yếu tố Cần Có, nó phải tới chỗ hàn lâm.

Lý Đợi: *Thế nào là một tác phẩm thành công, trong quan niệm của riêng ông?*

Cung Tích Biền: Ông hỏi tác phẩm thôi hả? Không kể loại tác phẩm ở lĩnh vực nào? Nếu thế, vừa Hít vừa Le giết sáu triệu dân Do Thái vẫn là một tác phẩm khắc-điêu-máu (chớ nhầm với điêu khắc), nhưng lưu đời, trên bức tường thời gian.

Câu này của ông là một câu hỏi lên đèo xuống vực. Thế nào là thành công? Một cuộc chiến lỗ máu đầu từ ông Hùng Vương cho chí thằng bé bập bẹ nói *"Tiếng đầu lòng con gọi Stalin"* rốt cuộc thành công này lại là một thất bại đủ nghĩa. Vừa sướng vừa đau. Nó phản bội và hủy hoại toàn bộ cái uyên-ủy-tư-tưởng, cái chính-trị-lý, khởi nguyên chỉ đạo cuộc chiến.

Nó hao hao một cuộc chọi trâu. Con trâu thắng trận, ác nhơn lại trở chứng biến dạng, hai cái sừng thay vì trước đầu bỗng trổ ra sau đít. Cái đuôi nằm chình ình giữa trán.

Sau cuộc vang lừng kèn thổi toé máu, hôm nay muốn chào thân thiện Trâu Ta phải dùng cái đầu để vẫy đuôi chào. Và muốn thẳng tiến về phía trước Trâu chiến thắng lại đi thụt lùi, vì hai cái sừng định hướng chủ nghĩa đã nằm ngay mông.

Lý Đợi: *Hình như ngài tẩu hỏa rồi ngài nhà văn ạ. Tôi hỏi thành công là trong một tác phẩm văn chương nghệ thuật kia mà?*

Cung Tích Biền: À há, theo thiển ý của ngài đây thì trong văn chương nghệ thuật, thành công lại là một Chấm-Hết, để quá khứ hiện hình. Là một đóng đinh lên nắp thành công. Nó như một mớ hàng thủy tinh ly tách trong hòm, bên ngoài có hàng chữ: "Nhẹ tay, dễ vỡ". Thành công này sẽ chịu đựng công phá của tương lai.

Vã, thế nào là thành công trong văn chương nghệ thuật? Sách của Kim Dung đến triệu triệu mắt người mê mẩn; triệu triệu, nhưng không là hàng hoá rẻ rúng. Nhưng Nam Hoa Kinh thì càng vắng người đọc ta càng mong vì nó không dành cho đám đông lờ mờ nhân ảnh.

Các nhà văn tiên phong Nhất Linh, Khái Hưng, Hoàng Đạo, nhóm Tự lực Văn đoàn, tác phẩm của họ đương thời là một cơn lốc lôi cuốn bao nhiêu người đọc, có ảnh hưởng bao trùm mọi giới, không chỉ lĩnh vực văn chương, mà cả văn hóa xã hội. Vậy mà chỉ hơn vài ba thập kỷ sau đã bị hiện thế lãng quên, chỉ còn giá trị, đương nhiên là một chỗ trang trọng, trong Nhà thờ văn học.

Lại có nhà hoạ sĩ đương thời không được tôn vinh, chỉ bán được mỗi bức tranh để ăn bữa cơm, nhưng bao đời sau tác phẩm của ông ta được săn tìm, giá thị trường đến dăm bảy chục triệu đôla mỗi bức. Có phải nhân loại nhìn gà hoá cuốc?

Công thức, tiêu chuẩn của Thành công, chỉ có trong dân gian thường tình, nơi mẫu mực định sẵn, đòi hỏi một thằng người là phải chơn tay mắt mũi như mọi người, khác đi là dị tật, là quái thai.

Thằng Người trong nghệ thuật có thể ba bàn tay; trên khuôn mặt một mắt cười một mắt khóc; trong bụng trống trơn không có ruột gan phèo phổi mà chỉ gỏn lọn một khối tim ứa máu hình lục giác. Càng Dị Dạng, càng Thoát Ngoài, càng Không Người, càng là Nghệ thuật.

Thành công? Không hề là danh xưng lưu viễn, hoành tung trong lĩnh vực nghệ thuật, văn chương. Các Danh gia chân thực thì luôn từ chối cái Thành này.

Tôi nói đây là cái nói rõ ràng, một mặt xác định. Không nói cách triết lý là trong Thành đã ẩn tàng cái Hoại; trong Thái âm đã bày cuộc Thiếu dương, và ngược lại.

Lý Đợi: *Thưa ông, một vài đặc điểm của văn chương nghệ thuật trước 1975, theo cách nhìn của riêng ông?*

Cung Tích Biền: Trước 1975 tại miền Nam ư? Nơi đây có tự do sáng tác, phát biểu, in ấn và phát hành tác phẩm của mình. Vì thế những trào lưu văn chương, nghệ thuật (tôi tạm dùng từ trào lưu) nở rộ. Những tài năng đích thực có dịp cống hiến, phát triển, đã đóng góp nhiều tác phẩm có giá trị. Đây là thời kỳ nở rộ tài hoa, những nhà văn nhà thơ hàng đầu không chỉ đếm trên đầu ngón tay. *Đặc biệt một phần không nhỏ trong tầng lớp này người ta biết giữ gìn nhân cách, không xu phụ chế độ, không đặt danh vọng tiền tài lên hàng đầu.*

Đặc biệt hơn, là thừa biết chống chế độ đương thời là một nguy hiểm đưa đến bất lợi cho Miền Nam Tự do, nhưng người cầm bút chân chính của Miền Nam xưa kia vẫn trung thực phản bác điều sai trái của chính quyền, vạch rõ sự thối nát bất công, chống cả sự có mặt của những thế lực ngoại bang.

Thuở này không riêng Miền Nam có Mỹ, Phi, Úc, Đại Hàn, Thái Lan mà miền Bắc, Việt Nam Dân chủ Cộng hoà, cũng chịu chìm chết trong tư tưởng Mác-Lê, nhận yểm trợ máy bay hỏa tiễn chiến xa, các loại vũ khí khác từ Liên Xô, và nhận từ tấm áo đến miếng lương khô, cùng sự có mặt của rất nhiều cố vấn người Trung Quốc.

Ở Miền Nam, những lĩnh vực khác như âm nhạc, hội hoạ, điêu khắc, kịch nghệ cũng xuất hiện nhiều danh tài. Những tác phẩm của họ không những tạo được cái dư vang nổi chìm man mác trong quần chúng, mà tác động của nó đặc biệt khơi gợi những nỗi đau cũng như niềm hân hoan còn ẩn mật. Nó lưu giữ ký ức lâu dài, ảnh hưởng đến cả cách sống, cách thưởng ngoạn nghệ thuật của một đại bộ phận dân chúng Miền Nam.

Nhưng một con sông chảy man man không đê điều ai có quyền cấm cản rác rều cũng bồng bềnh trôi? Ai gạn đục khơi trong? Nhân danh gì để thanh lý cái bọt bèo này? Những "văn chương nghệ thuật, báo chí, kịch nghệ phim ảnh" rẻ rúng này tại miền Nam lúc bấy giờ, cũng là một thực tại, nó phô bày dữ dội, thậm chí đôi khi là mặt nổi, là biểu dương thời thế. Chúng cũng có thị trường tiêu thụ, hằng triệu người, lấn áp cả cái "thượng lưu".

Do vậy nếu nói là tuyệt đẹp, Miền Nam là thiên đường của văn chương nghệ thuật là chưa chỉnh lắm đâu.

Lý Đợi: *Hình tượng người lính – người trí thức – nghệ sĩ Quốc gia, một vài ví dụ đơn cử, đã được khai thác như thế nào trong "mặt bằng văn nghệ chính quy" (nghĩa là nhiều lĩnh vực nghệ thuật, có cả phim) của nền văn nghệ hiện tại, theo quan sát của ông?*

Cung Tích Biền: Cha ơi! Tui còn đi đứng ăn nằm tụng kinh nhảy đầm karaoke bia bọt hít thở đủ kiểu tại Sàigòn, cha muốn tui bị dập mỏ sao mà đi hỏi câu hộc máu này. Nó nhuốm cái hơi hướng hình sự.

Nhưng phải nói thật thì ra thế này, hôm nay việc bôi nhọ, xuyên tạc, bóp méo mọi hình tượng Quốc gia, làm cho sai sự thật lịch sử, đã thành nếp, thành quy củ, khuôn mẫu. Thậm chí đã trở thành lương tri, là tâm hồn cao thượng, của ý thức, của lập trường chính trị trong giới văn nghệ XHCN.

Một thí dụ nhỏ: *Hễ là địch, là ngụy, thì chúng nó xấu xa. Lại thêm hèn nhát. Địch thì ô hợp, ăn vận lôi thôi xốc xếch, tóc dài, râu dê xồm, là luôn đá đít bà già bóp vú phụ nữ, moi bụng trẻ em, địch là say sưa đàng điếm, đốt nhà thờ phá chùa...*

Nhưng ác nhơn, nhờ cái mớ này mà bao nhiêu cai thầu chữ nghĩa, chỉ đạo nghệ thuật của Hôm nay, đầy hầu bao, nên danh phận.

Chúng ta đâu có quyền đụng tới nồi gạo kẻ khác, khi thực sự người vợ hiền đứa con ngây thơ của họ vẫn ngồi chờ nắm cơm bố mang về. Cả gia đình của họ vẫn còn thực sự hân hoan, tin vào nụ cười chân thực, "nhân cách" của người chồng người cha đang đánh lận con đen giữa nhật nguyệt kia mà!

Lý Đợi: *Trở lại chuyện cũ một chút, trước 1975 ông bố trí thời gian để viết như thế nào khi vai mang quân hàm, và trước mặt thì súng ống, sự chết chóc?*

Cung Tích Biền: Thời kỳ viết lách loạn xà ngầu này là thời tôi mãn hạn chỉ định cư trú bốn năm (1964–1968) của chính quyền Miền Nam. Tôi từ Cà Mau, Bạc Liêu được về gần Sàigòn. Về gần thôi. Lúc đầu ở vùng Đức Hoà sau chuyển về Trảng Lớn, Tây Ninh.

Theo tiêu chuẩn quân đội, tôi có một chiếc xe jeep, có tài xế riêng. Thành phố biên giới Tây

Ninh khá thơ mộng với những đường phố nhỏ, nhà vườn. Nhưng thành phố đầy ngập lính, mọi binh chủng, Bộ binh, Thiết giáp, Pháo binh, Nhảy dù, Biệt động quân, Biệt kích Mỹ... Đây là nơi phối hợp hành quân sang mặt trận Campuchia, thời Thiệu và Lon Nol.

Tôi có đặc trưng là viết khá dễ dàng, bằng máy chữ. Viết ở Cần Thơ, Bạc Liêu, Cà Mau... Viết ở Đức Hoà, Đức Huệ, Củ Chi, Tây Ninh. Đêm, viết trong hầm, mỗi sĩ quan cấp đại uý trở lên, được riêng một bunker, chừng 12 mét vuông. Ngày, có khi vác máy chữ ra quán Thằng Cuội, quán Dịch Thuỷ bên bờ sông, cây cầu trắng xa xa, cà phê, thuốc lá, và... gõ chữ.

Nhiều buổi trưa leo lên vọng gác của lính, lính gác mở radio nghe nhạc đài Sàigòn xa vắng, nhạc sến *"Một trăm phần trăm em ơi"*; những nao lòng, cánh đồng nắng vàng tràn ngập bên ngoài tiền đồn, lúc đó tôi gõ máy.

Máy chữ luôn bên người như súng đạn. Tôi đặt máy chữ trong xe, hay trên bao cát vọng gác, chỗ góc bàn nhậu, giữa quán cà phê ồn ào, chỗ nào tôi cũng viết miên man được. Hôm nay (dù tuổi qua 70) cũng vậy, mỗi lần tôi nhập hồn bên máy vi tính thì coi như tôi "chết" rồi. Có khi hai giờ chiều, vợ nhắc nhở, mới rời máy, ăn cơm trưa.

Thời nội chiến Bắc Nam, nhiều biến động, tin buồn nhiều hơn vui. Quan tài tùm lum. Một thằng bạn nhận giấy giải ngũ chân đã đi cà thọt. Một thanh nữ có sức làm tình ngon ơ vài mươi năm tới chưa thôi, bỗng khăn tang lên tiền đồn nhận xác *"anh về"*. Tứ bề khích động, hồn vía tôi như vườn cây trái rụng. Bạ đâu viết đó. Tôi viết cực nhanh. Mỗi 20 phút cho mỗi kỳ nhật báo. Một buổi sáng có thể viết thẳng mạch tàu bài cho mười kỳ nhật báo.

Được về Sàigòn, thì cũng ngồi đâu gõ đó, ở các quán cà-phê, hay ngay tại toà soạn. Ngoài mấy em vũ nữ, uống rượu nhảy đầm qua đêm, nhấp nháy rồi thôi, tôi ít phung phí thì giờ cho những giao tế hão. Tôi ít khi tới nhà thăm viếng ai, không thư từ nhiều, không hề tốn phút giây cho việc đàn đúm, bù khú tự mãn, khen tụng nhau, bôi lọ kẻ vắng mặt.

Viết nhanh, cực nhanh đã trở thành một thói quen. Ngồi vào trước máy chữ – bây giờ là máy tính – hít thở mạnh, là nhập hồn. Thuở ấy nhiều anh em làm báo tỉnh (tập san văn nghệ địa phương) như Phan Như Thức, Vương Thanh, Phương Tấn, Đặng Tấn Tới, Nguyễn Minh Nghiện... đến tìm tôi xin bài, tôi mời quý anh ngồi đấy, uống cà-phê nhé, và tôi gõ một thôi là có bài đưa ngay, mà rất ngon xơi, khỏi phải hẹn hò lần sau trở lại.

Tôi uống rượu bạo, xưa hút ống vố nay bỏ, cà-phê ngày năm ba cữ như nước lã, nhưng ngồi viết là viết, không có thói quen phải có trên bàn ly rượu, bao thuốc lá, hoặc ly cà-phê, để kích thích.

Cuối thập niên 60, thế kỷ trước, chiến tranh đã lên cực điểm. Mìn được gài năm bảy trái liền nhau, mìn bãi, chứ không phải từng trái lẻ loi trên đường. Chất nổ ngay dưới yên xe jeep, cái chết lảng vảng ở cửa hầm. Tư tưởng chủ đạo cho những máu xương vãi ra, đã lỗi thời, bốc mùi. Cái Chết muôn thuở chỉ một trực chỉ, tự dương sang âm, nguyên màu, thuần như muối mặn. Bắc hay Nam vẫn trái tim máu đỏ, cũng cái nhắm mắt ấy. Chỉ khác, người ta nhuộm màu cho Xác, trên Nỗi Chết. Có chết Đỏ, chết Vàng, chết Nâu.

Lý Đợi: *Ở trên ông nói thời Cộng hoà ông bị chỉ định cư trú? Thưa ông, tội gì?*

Cung Tích Biền: Năm 1960–1963, tôi dạy học tại Điện Bàn Quảng Nam – lúc này tôi còn gần gũi một số bạn thân mà một phần lớn trong số đó sau này đã ra khu theo Việt cộng – thì bị động viên vào Võ bị Thủ Đức. Mãn khoá võ bị, lẽ ra phải về gần mẹ. Mẹ tôi đang bịnh nằm mỗi mình tại nhà thương Lao, ở Huế. Đã ho ra máu thường trực mỗi ngày. Nhưng tôi bị chính quyền Nguyễn Khánh (1964) có văn bản cưỡng bách cư trú tại miền Tây

(Cần Thơ), không được về Trung, thời gian bốn năm. Năm 1967 mẹ tôi qua đời tôi không được về chôn cất.

Mỗi tuần tôi phải trình diện An ninh quân đội Vùng 4 chiến thuật một lần vào ngày Chủ nhật. Thấy Cần Thơ cũng chốn phồn hoa, an ninh quân đội đẩy tôi xa hơn, tôi được lệnh về Bạc Liêu. Hồi ấy Bạc Liêu bé nhỏ quê mùa lắm, đúng là *"Dưới sông cá chốt trên bờ Triều Châu"*.

Miền Nam Cộng Hoà có cái hay, nghi ngờ một sĩ quan động viên có liên hệ với cộng sản, tham gia phong trào sinh viên đấu tranh chống Ngô Đình Diệm, từng sống trong vùng kháng chiến chín năm, có anh em ruột thịt tập kết ra Bắc, có liên hệ với bạn bè, rất thân quen (khá đông) hiện đã ra khu theo Việt cộng, vậy mà cứ cho lên lon, thăng chức bình thường như mọi sĩ quan khác.

Nghĩ lại, đời nhà văn bị lưu đày, đoạ lạc cũng cái may. Sống nhiều, đau nhiều. Yêu nhiều. Điên tận mạng. Có dịp nhìn con sông đục phù sa, hiểu thêm một miền người, ngơ ngác trước một vườn cây trái trĩu cành.

Ở Quảng Nam tôi trái cam nhỏ bằng nửa trái quít ở miền Nam. Năm mất mùa, đồng khô cỏ cháy bà con đi đào củ chuối nấu ăn thay cơm. Miền Nam, người ta nấu gạo nàng hương cho heo ăn – đương nhiên là thuở ấy, chớ bây chừ người miền Nam đa phần thiếu ruộng cày, đói nhăn răng; thường trực kéo lên Sàigòn biểu tình đòi bọn cường hào Đỏ trả lại đất đai ruộng vườn đã bị cướp đoạt. Tình người miền Nam man mác chân thật, lòng rộng mở, đã cưu mang tôi tháng ngày.

Lý Đợi: *Đây là giai đoạn của những truyện vừa truyện dài nào? Ông gởi gắm những gì?*

Cung Tích Biền: Mỗi truyện của tôi thường gắn với một cột mốc thời cuộc. Năm 1965 Quân đội Mỹ đã có mặt ở Đà Nẵng, các trại lính viễn chinh đã hình thành khắp miền Nam, tôi viết truyện ngắn "Ngoại ô, Dĩ An và linh hồn tôi". Tôi đã nhìn ra thảm hoạ, nỗi đau của thân phận Việt Nam. Không gian truyện là Đà Nẵng, với cảng, với biển, với núi Sơn Trà, nhưng nhân vật nữ mang tên Dĩ An, một địa danh ở Bình Dương. Đây là cái tên biểu trưng mang tính khái quát một định mệnh toàn thể.

Dĩ An bỏ học đi làm đĩ để nuôi ba em đi học, cha già mẹ yếu; nàng sa đoạ cùng số phận ngoại ô của nàng; sau cùng, tiếng cười chiều tà trong một building đầy gái, hoang loạn, rượu và lính Mỹ.

1968, Tết Mậu Thân tôi ở Trung đoàn 10 Thiết giáp đóng tại Đức Hoà. Tính đường chim bay sang Campuchia là rất gần. Hằng đêm B.52 ném bom vùng biên giới Việt Miên, vùng mật khu, tiếng bom gần đến nỗi ly nước đặt trên bàn trong căn hầm thường trực rung chuyển, ly nước đi dần ra rìa bàn, có thể rơi xuống đất. Tối Mồng một Tết, quân Bắc Việt đánh trực diện vào bộ tư lệnh sư đoàn 25 của Tướng Phan Trọng Chinh, đánh chiếm nhanh chóng quận lỵ Đức Hòa, chiếm một nửa sân bay nhỏ của thị trấn. Cuộc tấn công này sau cùng thất bại, chết khá nhiều.

Sáng ra, trời đất đầu xuân ấy đầy sương mù. Thị trấn toàn lính, ngày xuân ấy hoang tàn. Khăn tang và tiếng khóc. Nỗi đau đã không biên giới. Trên đường phố, lúc sương mù tan, hãy còn nhiều xác chết của quân Bên Kia không kịp tải thương. Thảm lắm, xác nào cũng nát tan.

Lần đầu tiên tôi có một cảm nghĩ đau buồn: "Có thể người anh ruột của tôi, mấy chú mấy bác, những người thân yêu của tôi đi tập kết ra Bắc từ 1954 cũng là những cái xác như thế này, ở đâu đó, hay ngay trên đường phố Đà Nẵng nơi quê nhà."

Đây là cảm xúc kinh động, lẫn cái ý thức mùi chín về tương tàn, để tôi viết truyện ngắn "Bạch hoá" – Tháng Tư 2005, gần 40 năm sau, tạp chí *Hợp Lưu* đăng lại truyện này, nhân số "Nhìn lại 30 năm chiến tranh Việt Nam".

Bấy giờ tôi nhìn ra cuộc chiến này đã đầy đủ màu sắc một cuộc Nội chiến. Con người là một vật cúng cho mỗi cái "giẻ rách" được gọi là lý tưởng. Mỗi nhân phận dù là người lính bên nào cũng là một đoạn tuyệt với tổ tiên, giống nòi. Và cái chết, gọi cao cả là hy sinh ấy, không khác cái chết hươu nai trong rừng.

Tôi hiểu rằng cuộc chia cắt Đất Mẹ này còn có thể giải quyết bằng một giải pháp khác hơn, trong hoà bình và hoà hợp, tương nhượng. Bảo vệ được triệu mạng sống con người.

Tôi cũng nát lòng khi nghe những tin tức từ Huế Mậu Thân. Bạn bè trí thức của tôi "bỏ biển tìm rừng" nay đã trở về hô hào việc thanh trừng máu, và trực tiếp giết người. Hàng loạt. Bà con tôi trong thành phố trở thành người bị giết oan. Cả gia đình.

1969, tuần báo *Khởi Hành* đăng truyện dài *Trường giang*. Cuộc "du ngoạn" đường dài của nhân vật Minh (tên thật ngoài đời là Nguyễn Minh Nghiện – người bạn tôi), anh về thăm quê, vùng chợ Huyện Quy Nhơn, rồi kẹt biến cố Tết Mậu Thân. Anh đi dọc bức tranh khói lửa từ Bình Định về tới đơn vị của anh là Bạc Liêu. Đây là thử thách của người con quê hương, giữa hỗn độn phân ly, lưu đày, anh phải nhận ra đâu là chiếc Bóng chính mình.

1968 đến 1973 là Hội nghị Paris để các bên tham chiến cùng nhau tìm một giải pháp cho cuộc chiến Việt Nam. Tôi viết truyện dài *Hoà bình Nàng tình rỗng*. Nhân vật chính là trung uý Trần Ngọc Toàn, sĩ quan thiết giáp, sau chiến tranh anh được giải ngũ. Anh đi khắp thị thành đồi non góc bể để tìm người yêu nay đã thất lạc. Anh không hề tìm ra. Cả chiếc Bóng của Nàng trong ký niệm cũng dần vắng bóng. Sau cùng Toàn là một thiền sư, ẩn ở núi.

Nội dung tiên tri của truyện, là chiến tranh Bắc Nam dù có chấm dứt dưới hình thức nào, chia cắt mãi để mỗi bên mỗi nước danh xưng, hay một bên thắng trận, non sông về một mối, thì *"Trong tương lai cũng khó bề tìm thấy một lý tưởng đáp ứng đúng nguyện vọng dân tộc".*

Chúng ta, vẫn chỉ mãi là tha thiết, là ngậm ngùi, hay phẫn uất Đợi Chờ Tương Lai. Vẫn chỉ Rỗng. Hiện thực, chỉ một nhãn hiệu nguỵ trang lý tưởng, què quặt man trá, khống chế và huỷ diệt.

Tôi xin nói thêm phần kết của *Hoà bình Nàng tình rỗng*. Thiền sư Toàn ở Núi lâu ngày, có người báo cho ông biết người miền xuôi có đến mạn ngược mở một hội chợ. Hội chợ có trưng bày một giống vật lạ. Đó là một người đàn bà bị bom napal, đang được đặt trong một cái chuồng để mọi người tới xem. Da cháy, tóc cháy, nhiều chỗ loang lổ như da trổ đồi mồi; mắt mù, tay chân co quắp. *Bất đắc dĩ phải tới hội chợ, nhìn cái nửa-vật-nửa-người trong chiếc cũi, Thiền sư âm thầm nhận ra Nàng. Người tình xưa. Lý tưởng của Hôm nay.*

1970, tôi viết truyện dài *Bên dòng nước biếc*, là những biến động suốt thời kỳ quân viễn chinh Mỹ có mặt ở chiến trường Việt Nam. Tất cả nhân vật lính viễn chinh trong tác phẩm đều mang tên các tổng thống Mỹ. Không gian *Bên dòng nước biếc* là chiếc cầu nằm trên trục đường nối liền Hốc Môn đi lên Đức Hòa, Bộ tư lệnh sư đoàn 25, Tia chớp nhiệt đới.

Nơi đây thưở ấy có một cánh đồng rộng ngút ngàn, như một mênh mông hoang mạc. Là bưng biền. Mùa đông nước ngập như biển, trên đó là lùng lác xanh thẳm. Mùa hè khô kiệt, từng đám cháy xanh đen trên cánh đồng chết. Trong *Bên dòng nước biếc*, tôi thêm vào vùng bưng biền lạnh hoang này những ngọn núi. Tôi mang núi Chứa Chan vào đây. Đây là cách cấu trúc truyện thay đổi không-thời gian giống như "Ngoại ô, Dĩ an và linh hồn tôi". Cái ám ảnh, cái nỗi chết, cái ung thư tư tưởng có khoanh vùng riêng biệt một nơi nào trên Đất Mẹ đã toàn diện nát tan này.

Hai truyện dài *Luống cải vàng* và *Bến mưa Ngâu,* đăng trên tuần báo *Đời,* là chung một bộ trường thiên. Truyện có nội dung khởi đầu từ khi Tổng thống Ngô Đình Diệm tiếp quản miền Nam về sau. Truyện *Những bọ và rắn* đăng trên tạp chí *Quần Chúng,* nội dung về Biến cố Tết Mậu Thân.

Một số truyện của tôi viết sau 1975, "Một thời lưu lạc", "Dị mộng", "Lời ảo hoá", "Người tù tình nguyện", "Rừng đom đóm", "Tự thú trước bình minh", "Qua sông", "Thừa Dư", "Thằng Bắt Quỷ", "Có một thời như thế", "Không thể là hiện thực", "Xứ động vật"... có một tương quan khác, một nhìn lại. Một thế nhìn không thể không ảo hoá nỗi đau.

Kỳ II

Lý Đợi: *Thưa nhà văn, chừng như ông chung thân bất mãn. Hai chế độ từng sống không chế độ nào là lý tưởng đối với ông. Ông bằng lòng đi dưới hai làn đạn?*

Cung Tích Biền: Quả đúng như thế. Đây là một bất hạnh. Nhưng không riêng tôi chịu loại bất hạnh này.

Từ khi được gọi là thành niên tới ngày hôm nay, tôi đã sống 21 năm trong nước Việt Nam Cộng Hoà, 31 năm trong Xã hội chủ nghĩa. Cộng lại hơn nửa thế kỷ. Tôi chưa từng dùng ngòi bút ca ngợi bất cứ một chế độ đương quyền nào.

Theo tôi, một chế độ chân chính lương thiện, thì đây là việc bình thường trong vai trò trị nước. Không có chi phải ca ngợi. Mà lãnh tụ loại xịn này không cần ai bồi bút.

Một chế độ cưỡng chế tư tưởng, rào chắn dân chủ, xem nhẹ nhân quyền, tham ô, mãi lộ, thì dân chúng có quyền lên tiếng góp ý, phản đối, đối lập, thậm chí nổi dậy, cũng là sự thường. Sự phản kháng trong trường hợp này là biểu tỏ của lương tri, là tôn trọng danh dự giống nòi.

Nếu chúng ta xem cái "Sống của một đời người" là chỉ cuộc ký gởi vào một Cõi Tạm, thì Miền Nam Cộng hòa mà tôi sống là miền đất đã cho tôi tạm (tôi nhấn mạnh là tạm) đầy đủ ý nghĩa con người.

Ở đây, từ 1955, tôi được đến trường học sau chín năm ở trong vùng Kháng chiến chống Pháp thiếu sách vở, thiếu thầy, thiếu trường, không được học hành gì cho ra cái học. Tôi không nói cái Ăn, mà tôi trọng cái Học, cái Đọc. Trong một xã hội thiếu tự do tư tưởng – trong đó có tự do in ấn, phổ biến, lưu hành tác phẩm ở nhiều lĩnh vực – là Thiếu Tất Cả.

Ngoài những tác phẩm bình thường, ở Miền Nam, tôi muốn đọc bất cứ gì cũng được, kể cả *Tư bản luận*; cùng những tác phẩm khác thuộc dòng triết học và chính trị, văn chương học thuật của hệ tư tưởng cộng sản. Miền Nam thuở ấy in ấn lưu hành, thậm chí đưa vào chương trình giảng dạy tại học đường, phần lớn các tác phẩm – sáng tác trước 1945 – của các tác gia từng nay là cán bộ văn nghệ cao cấp, trụ cột của chế độ Hà Nội như Huy Cận, Nguyễn Tuân, Chế Lan Viên, Thế Lữ, Xuân Diệu, Nguyễn Bính...

Tại Miền Nam tự do chúng tôi có dịp biết rõ Trần Đức Thảo, Nguyễn Mạnh Tường, Nguyễn Hữu Đang, Lê Đạt, Trần Dần, Phùng Quán... những người đang sống dưới chế độ cộng sản viết gì. Trong cùng thời gian này Hà Nội đóng cửa tư tưởng, cấm phát biểu, in ấn, trích dịch, lưu hành bất cứ văn bản, báo chí, sách vở, tác phẩm nào không phù hợp với chủ nghĩa cộng sản, và đường lối cai trị của Đảng Cộng sản hiện hành.

Với nhiều tự do trong việc xuất nhập văn hóa phẩm, sách, báo chí, năm 1973 tại Miền Nam đã bày bán công khai – trên đường Tự Do – sách của Đại tướng Võ Nguyên Giáp viết về cuộc chiến tranh nhân dân chống ngoại xâm, sách tư tưởng Mao Trạch Đông – bản tiếng Anh, tiếng Pháp.

Trong tự do lựa chọn, tôi được cầm bút, tự do biểu tỏ tư tưởng, được thoải mái thổ lộ tâm tình. Tác phẩm – tuy có kiểm duyệt sơ sài – nhưng được in ấn phát hành rộng rãi.

Ở miền Nam, tôi có bị đánh đập hành hạ, bị chỉ định cư trú, nhưng có định chế, pháp luật rạch ròi, cư xử minh bạch, không bị theo dõi lén lút, quy chụp vu cáo hèn hạ. Nói chung là còn trong tính/tình người.

Về tổ chức chính trị, Miền Nam có đa nguyên, tam đầu chế, một số quyền cơ bản của con người tạm gọi, tôi gọi là tạm, được thực thi. Về kinh tế, là phồn vinh. Văn hoá giáo dục có nền tảng, trật tự, tầm cao.

Nói chung Việt Nam Cộng Hoà, một mô hình mà bây giờ những người Cộng sản – đã chiến thắng, xưa kia muốn triệt tiêu ngay nó – nay lại đưa lên là chủ trương hàng đầu, phục dựng. Để làm sao cho Việt Nam xã hội chủ nghĩa ngày nay giống y chang một trăm phần trăm cái Việt Nam Cộng Hoà ngày trước, cái chủ nghĩa tư bản ngày xưa, y chang Sài gòn cũ, ***trừ độc đảng và độc tôn tư tưởng.***

Nhưng ngoài cái Được, Việt Nam Cộng Hoà cũng có cái sai lầm chết người, thuở ban đầu, ngay khi Tổng thống Ngô Đình Diệm vừa nắm chính quyền. Về sau, có chỉnh lại những sai lầm, nhưng đã quá muộn màng. Có dịp tôi sẽ nói sau. Chính sai lầm này, rồi dẫn tới trùng điệp sai lầm, đưa Miền Nam Cộng hòa vào con đường tự hủy diệt.

Miền Nam chết cái Chết Marilyn Monroe.

Tôi nói thêm được chớ? Đại ca.

Lý Đợi: *Dạ, mời Đại huynh tiếp tục.*

Cung Tích Biền: 1975, dù điều kiện dễ ra đi, nhưng tôi không đi Mỹ. Tôi chọn thử thách. Ba mươi mốt năm tôi sống bổng trầm chứa chan nơi này. Có sông có núi có sắp hàng chờ chia nửa lít nước mắm sau nhiều ngày ăn toàn nước muối. Có bị đau ruột thừa quằn quại (1978) mà ông bác sĩ Khang xã hội chủ nghĩa phường 11 quận Tân Bình chẩn đoán là tôi bị sạn thận không cho nhập viện. Mãi hơn hai ngày tôi bị vỡ ruột thừa nhiễm trùng, nằm chết quay lơ mới kịp rửa ruột tại bệnh viện Phúc Kiến. Thoát chết sau một cuộc ám sát hụt (vô tình) của ngài Khang.

1975 tôi mất nhà cửa vì bị tịch thu – duyên cớ là chúng tôi ở nhờ nhà chị vợ, chị đi Mỹ, nhân thể tịch thu, người ta hốt ráo bất luận của ai ra ai. Nghèo khó ra đi, vợ tôi ra tới cửa nhào vô lấy cái nôi của đứa con thơ, bị cậu quận đội Tân Bình ngăn lại không cho. Con cái tôi ra nằm trần trên nền đất lề đường. Sau, ở nhờ nhà Nhà thơ Đoàn Minh Hải.

Tôi cũng như hằng triệu người Miền Nam thất sủng, đói khát bươn chải đủ thứ nghề, chạy xe ba gác, xe ôm chỗ Ngã Ba Ông Tạ. Đi làm thợ mây tre lá tuốt bên quận Tư cùng Chu Vương Miện và các thầy chùa ăn mặn, xước máu bàn tay. Ra tận Bình Dương học nghề sơn mài bị sơn ăn sưng da phù mỏ. Năm 1975 đã ra đầu đường bán sách cũ cùng Nguyễn Tôn Nhan, Nguyễn Đạt, Thu Mai. Dọn vỉa hè bán cà-phê bò kho như ca sĩ Ngọc Long, tu sĩ Thanh Tuệ, Huy Tưởng. Thu gom ve chai cùng Nguyễn Ước, Phù Hư, Trần Dạ Lữ... Năm 1976 xuống tận Cà Mau làm cu ly xây trại nuôi heo cùng Thế Phong, Nguyễn Thuỵ Long... Cực khổ lắm, nhưng tôi chịu đựng ngon lành, không xi nhê chi. *"Gặp thời thế, thế thời phải thế"*. Bình thường thôi.

Ông Lý ơi, nhưng cái này mới là tận cùng dơ dáy tởm lợm. Cái này mới buồn nôn kinh niên:

Thế này, *anh có kinh hoàng không khi một đại bộ phận những người cộng sản gọi rằng kẻ chiến thắng – đương nhiên tôi không vơ đũa cả nắm – sau ngày 30 tháng 4, 1975* **bọn này đã tức tốc hiện hình những tên bốc phét, tự mãn, dốt nát, tham nhũng, thèm ăn, vơ vét. Bao nhiêu năm thanh bần kiên trung đấu tranh cho tư tưởng riêng chúng, nay đã nhanh chóng trở thành một bè lũ đê tiện, tranh giành nhau quyền lợi đến chi ly vật chất, hèn mạt đến không còn chỗ hèn mạt hơn**

Dưới bóng trời Sàigòn,

một bầy rận đã lúc nhúc,

một bầy lợn ủn ỉn kêu ăn.

Lại thật đáng rùng mình, muôn năm buồn nôn, khi tận hôm nay, sau ba mươi năm ròng, xã hội chủ nghĩa này vẫn mở rộng của cho một bọn vô lại, vẫn có phòng máy lạnh, lận lưng con dấu đỏ, ngự trên *xe hơi. **Nghĩa là, chế độ này còn đương nhiên hợp pháp hoá cho một Bọn Cướp Ngày.***

Do lương tâm đánh mất, do cơ chế quản lý non kém, do tha thứ nhau trong tình nghĩa đồng chí, do ảnh hưởng dây chuyền "cỡ anh Ba anh Sáu mà cũng xực thì tụi em dại gì mà không xơi"; do chính hối lộ hiện nay là nhu cầu chính đáng của dân đen, hay nhân dân đỏ; có tiền là có tất cả, có thể án tử hình trở thành án chung thân, có thể ba năm tù giam chỉ còn ba năm tù treo, có thể chở hàng lậu qua nghìn cây số, thậm chí có tiền là có tiến sĩ, thạc sĩ.

Trên mọi nẻo đường từ rừng vàng tới biển bạc quê hương hôm nay, không cần la bàn, không cần luật pháp, vì đã có đồng tiền hối lộ dẫn đường mở lối là xong tất.

*Do chỗ vô cương này, nên một đàn sâu mọt đã kết tụ hang ổ. Kiên cố và rất chi dài dặt. Sống trong một môi trường như thế con người rất dễ bị lưu manh hoá. Rồi thành bản chất. **Thậm chí thiếu cái lưu manh, có người bỗng thấy bứt rứt, lạc lõng, thiếu sức sống.***

Lý Đợi: *Ông nói từng sống chín năm trong vùng kháng chiến? Anh ruột là một đảng viên Cộng sản? Và sự nghiệp Quốc gia của ông?*

Cung Tích Biền: Tôi từ bé đã chín năm sống trong vùng Liên khu V. Vừa khổ cực, vừa mơ màng như trong một cơn mộng. Tôi là một thiếu niên. Tôi được tập đàn tập hát, vũ múa. Năm 12 tuổi đã theo các anh các chị đi diễn kịch, đàn ca tận Cẩm Khê, Tam Kỳ, Sông Vệ... Những đêm trắng của chợ đêm, của đào hầm bí mật. Những khói lửa chiều khi máy bay Pháp ném bom Kế Xuyên, Hà Lam, Tam Kỳ... Đêm đốt đuốc đưa ma là những bà con chết bom chết đói. Năm 1952 một trận đói kinh hoàng, củ chuối không còn mà ăn.

Gia đình tôi thành phần phú nông. Anh ruột tôi (Trần Ngọc Biền) theo lệnh tổng động viên vào bộ đội, rồi đảng viên, rồi chết vùng Nghĩa Đàn Nghệ An năm 1969, cho tới ngày hôm nay chưa tìm ra được mồ mả, dù nhiều chục năm tận lực tìm kiếm, nhờ vả cả các nhà ngoại cảm.

Năm 1954 tôi ở lại miền Nam.

Anh em bà con ruột thịt, bạn bè, đã lên đường tập kết ra Bắc.

Thật ra, Miền Nam Cộng hòa là một mô hình chính trị khá lý tưởng như tôi đã nói ở trên. Nhưng chế độ Ngô Đình Diệm đã bắt đầu những sai lầm, như một tội ác.

Sau hiệp định Genève 1954, Tổng thống Ngô Đình Diệm – đã có một nửa nước ở phương Nam để bình trị – không đặt ra chủ trương chiêu hồi, mở lòng hoà hợp, mà nâng ngay chủ trương Tố Cộng (sản) lên hàng đầu. Diệt Cộng (sản) đã trở thành quốc sách.

Chín năm kháng chiến máu lửa (1945–1954), toàn dân khắp nước không chỉ một mục tiêu chống Pháp giành độc lập; mà nội dung chính, hàng đầu và tử sinh, là cuộc chiến một mất một còn về ý thức hệ chính trị giữa Quốc gia và Cộng sản.

Quốc gia và Cộng sản không đội trời chung. Truy sát và tiêu diệt tàn khốc lẫn nhau. Bao nhiêu là nợ máu ngay giữa anh em họ hàng. Vì thế những vùng kháng chiến – chín năm thuộc cộng sản – khi lực lượng Quốc gia đến tiếp thu đã đầy những hố thẳm.

Dưới chiến dịch diệt cộng sản, được thực hiện đại trà đồng bộ, chính quyền Miền Nam không thể kiểm soát nổi sự thanh trừng, trả thù của tầng lớp cán bộ ở mỗi địa phương. Nên địa ngục từ đây. Nhiều công chức, cán bộ quốc gia, ở hạ tầng xã quận, trình độ học vấn kém, hiểu biết lờ mờ về chủ nghĩa cộng sản nhưng trong cao trào Diệt Cộng, cùng chung với trả thù riêng, lại trở nên tàn ác, hung thần.

Ban ngày ban mặt những người dính líu đến kháng chiến, những đảng viên cộng sản bị hành hình, tối đến lại bỏ rọ thủ tiêu. Không có tòa án, không pháp luật, chỉ là Quốc gia trả thù Cộng sản, chỉ là giết quách, sạch.

Tôi đã chứng kiến những cuộc tra khảo kinh hoàng bằng đủ hình thức man rợ ngay bờ giếng, kho lúa cạnh vườn nhà tôi. Anh em họ hàng tôi không thiếu người bị cụt cả các ngón tay ngón chân vì bị tra điện như người con ông bác tôi là anh Trần Ngọc Bính (anh ruột Đại tá công an Trần Ngọc Long, hiện hưu trí và sống tại Buôn Mê Thuột) hoặc bị thủ tiêu như cậu tôi, Vũ Duy Bình, nguyên cấp tỉnh ủy, đến nay chưa biết xác vùi chôn nơi nào trong bãi cát Vân Ly.

Tôi, 18 tuổi cũng là một nạn nhân, bị bắt ra nhà lao Hà Lam tra khảo – thời này Phan Vĩ làm Quận trưởng quận Thăng Bình. Tôi bị ăn đòn bằng những khúc tre tươi. Chúng vừa uống rượu vừa đánh thẳng tay vào bất cứ nơi nào trên người. Đánh vỡ đầu, suýt bị phèo óc, có phải vậy mà tôi mở mắt ra, sau trở thành nhà văn? Đánh, khi khúc tre nát ra tua tủa như tăm xỉa răng, lại thay khúc khác.

Trong phòng tra tấn đầy những roi mây, roi sắt, kèm búa, cưa, máy quay điện, dây thừng treo cổ, bàn là ủi phỏng vào bắp vế, chỗ kín phụ nữ, và máu, thịt người vung vãi, tiếng la thét, tiếng rên rỉ, những xác người bất động chờ chôn vùi không cần áo quan. Rất may, tôi mới tép riu, chỉ là ở trong vùng kháng chiến, chưa phải thành phần cộng sản nguy hiểm cần treo ngược lên xà nhà, tra điện, hay bó rọ thả sông.

Tổng thống Ngô Đình Diệm và những người cai trị quên rằng 1954, khi đất nước chia đôi, hòa bình được lập lại, không phải ai từng sống trong vùng cộng sản kháng chiến trước đó cũng đều là cộng sản, hay thân cộng. **Mà chính họ cũng là nạn nhân của Cộng sản, họ mới là những con người từ lâu thèm khát tự do, khao khát hoà bình và mong một cuộc sống có cơm ăn áo mặc, được chia sẻ công bằng.** *Lẽ ra TT Diệm phải thấy điều này, phải an ủi và giúp đỡ họ tái dựng một đời sống mới.*

Điều này giống như 1975, sau cái ngày gọi là "giải phóng Miền Nam", không phải cứ người miền Bắc nào cũng thảy đều là cộng sản. **Mà đây mới chính là những con người lương thiện, những nạn nhân bấy lâu sống thiếu quyền làm người trong vòng lửa kiềm tỏa của một chế độ độc tài Đảng trị.**

Nay họ mới thấy Sàigòn, mới hiểu ra *"Miền Nam nó đẹp, người Sàigòn nó tình cảm thế này ư?"* Họ có dịp nhìn lại, nhận rõ trắng đen bấy nay làm phận người trên đất Bắc. Từ đây họ biết rùng mình, lạnh cái lạnh không phải vì thời tiết.

Lý Đợi: *Và cuộc phong trần nhiều thập kỷ qua?*

Cung Tích Biền: Đó là sai lầm của một bên. Còn một bên nữa thì sao?

Mồ chôn tập thể trong Tết Mậu Thân 1968, tại Huế có là một sự thật? Lại không tòa án theo đúng nghĩa tòa án, không luật pháp, không quy chế tù binh, chỉ là trả thù, giết quách cho xong.

Bao nhiêu năm trường kỳ của chủ nghĩa, là bao gia đình tan gia bại sản vì đấu tố, bao nhiêu điêu linh giữa mùa thanh trừng trí thức địa chủ phú hào, đánh tư sản, dưới chế độ Miền Bắc. Bao nhiêu văn nghệ sĩ đấu tranh cho tự do, nhân quyền, cho tư tưởng bị trù dập đến thân tàn ma dại, đến con cái bơ vơ.

Những trại tù dưới danh nghĩa trại cải tạo sau 1975 dành cho sĩ quan Việt Nam Cộng Hòa, chế độ này có áp dụng quy chế tù binh theo luật quốc tế? Có là nơi nhân quyền được tôn trọng? Có được đối xử trong tối thiểu tình anh em, cùng giống nòi?

Nơi đây người cộng sản gọi rằng kẻ chiến thắng không có mảy may tính cao thượng, cái tối thiểu văn minh của kẻ chiến thắng.

Người Cộng sản đã đặt cái Chủ nghĩa Chính trị lên trên cái Tình tự Dân tộc.

Tôi cũng đã đi học tập cải tạo – cùng tổ với Mai Bá Trác và Nguyễn Quốc Chính – tôi hiểu rõ điều này.

Anh ruột tôi, Trần Ngọc Tấn, Quận trấn trưởng tỉnh Quảng Ngãi kiêm Quận trưởng quận Sơn Tịnh, chết ngay trong trại tù cải tạo. Một con người – được quản lý chặt chẽ trong vòng kẽm gai – khi đã chết, người nhà đến hỏi ban Cai tù, bọn họ trả lời tỉnh queo: "*Không nhớ đã chôn nơi nào*". Đến nay gia đình hương khói đi tìm bắc chí nam không hề biết tông tích mồ mả của các anh ruột tôi.

Anh là Cộng sản chết không mồ, em là Quốc gia chết không tìm ra xác.

Rồi hằng trăm nghìn gia đình, thân nhân liên hệ với kẻ chiến bại đã bị cư xử tàn tệ sau tháng Tư 1975. Bị tịch thu gia sản vô tội vạ đến nay chính quyền này lặn luôn chưa hề trả lại tài sản nhà cửa đất đai, tiền vàng riêng một đời lao nhọc trong ngân hàng, các cơ sở kinh doanh, cho bất cứ một ai.

Bị cướp đoạt quyền sống đến tận cùng; mẹ, chị, bị đuổi việc ngang xương, con em không được vào trường học. Bao nhiêu tuổi trẻ lỡ thời lỡ vận. Rồi bao vạn sinh linh đi tìm tự do chết chìm ngoài biển cả.

Những đau thương tận mây, thiệt thòi tới đáy này, tới nay không hề được chế độ Cộng sản hiện hành có mảy may đền bù. Hay ít ra một lời xin lỗi. Xin lỗi lịch sử là một biểu hiện của lương tri. Hay ít ra dành cho việc tổ chức một nghi lễ, một tiếng chuông gọi hồn cho bao kẻ bị hàm oan.

Chúng ta sống trong một bãi lầy miên viễn. Lương tri đã hoá bùn.

Chúng ta hiểu rằng là con dân trong một đất nước phải biết chịu đựng rủi ro, biết tha thứ phần nào những sai lầm của chế độ. Chúng ta không sống trên mặt trăng. **Nhưng những điều tôi nêu ra trên đây của mỗi bên, Quốc gia hay Cộng sản, đều mang nội dung là tội ác.**

Bây giờ chắc anh hiểu vì sao tôi đi dưới hai làn đạn.

Lý Đợi: *Thưa ông, Giải phóng, Hợp lưu, Phân lưu, Thống nhất, Hoà hợp...ông nghĩ gì về những khái niệm này trong thực tế những năm sau 1975?*

Cung Tích Biền: Phân lưu mãi mãi. Còn những khái niệm kia hiện nay còn nằm trong mỗi bên não trạng rất ư thù nghịch, cả Hà Nội lẫn Calif – thủ đô Hải ngoại Thế giới – Việt Nam Cộng Hòa

Nếu giải phóng một phùa nữa? Cha ơi, biến nó thành hiện thực cho đúng nghĩa trên xứ sở này, thì phải tái lập một cơn biển máu. Nếu rành rọt, đâu ra đó sẽ đưa tới hệ quả: một bên này nhiệt liệt khui vốt-ka hoặc rượu mao đài, một bên kia lột dênh, lo sao cho đủ quan tài tống táng bố mẹ anh em con dâu thằng rể bạn bè cháu chắt.

Hoà hợp hoà giải, những cái từ nghe ra hiền như ma-xơ này, phải nương tựa vào cái dài dặt trong tàn phai. Nghĩa là, *làm chủ Vận mệnh cho một Việt Nam đa nguyên an bình, đó là cái quyền của Thời gian.*

Lý Đợi: *Vừa rồi ông có nói "làm chủ Vận mệnh Việt Nam là Thời gian"?*

Cung Tích Biền: Đúng như thế. Từ đầu cuộc phỏng vấn này tôi đã nói là tôi xin được nghiêng mình kính phục những nhà ái quốc, những con người can cường hiện xả thân đấu tranh cho một Việt Nam có trọn vẹn Tự do, Dân chủ, Nhân quyền. Riêng tôi, là kẻ hèn, tôi xin được phép ngồi ***ung dung trong Phòng Đợi.***

Tôi nhâm nhi đời mình như một miếng cá sapa nướng trong giấy bạc với vài giọt mao đài. Vừa trang nhã vừa ứa máu.

Tôi vận dụng cách ngẫu nghĩ bi tráng của nhà Phật là thế này:

Không bao lâu xa nữa những trí thức, những chuyên gia, những nhà lãnh đạo hiện nay từng tốt nghiệp ở Liên Xô, Đông Âu, nói chung là trong văn hoá xã hội chủ nghĩa sẽ tiêu tán đường.

Lớp con cháu Cộng sản đi du học ở Mỹ, Anh, Pháp, Úc... sẽ thay thế. Chúng nhìn ra, thấy Socrates, Platon, Heidegger, Nietzsche... quay về Cõi Đông lại gặp Thích Ca, Lão, Trang, Lý Bạch,

Tản Đà... chúng ngao du vào Huyền tẫn, Không Không, những bước Thập mục ngưu đồ, để hiểu ra chỗ "Nhân ngưu câu vong"...

Chúng – con cháu các nhà cộng sản cốt khỉ hôm nay, bây giờ đấy – lúc ấy đã giỏi khoa học kỹ thuật, tin học. *Chúng rất giàu mộng mơ nhưng không hề mê muội. Không hề có thời giờ, và chẳng đam mê gì việc nghiên cứu Mác-Lê. Nếu có, cũng chỉ đọc qua, bình thường như hằng đọc qua hàng bao triết thuyết.*

Chúng được mở rộng, có hằng triệu sách, không hề nhọc công chọn ra một tập sách nào để gối đầu giường. Thụ hưởng sách rồi cỡi trên sách mà đi, đi tìm cái mới, cái diệu ẩn nhân văn. ***Không hề làm nô lệ, thân trâu ngựa cho bất cứ một chủ thuyết nào.***

Và, cũng không bao lâu nữa lớp "Cộng hoà cũ" chúng tôi đây, trong nước cũng như ở hải ngoại, cũng đi bán muối hết – tức là "đay", là tiêu tán đường, là giao cái tham vọng cái tư tưởng cho sâu bọ dòi kiến nó xơi.

Lớp con cháu chúng tôi lớn lên nếu ở Mỹ, Úc, Pháp, Đức... có thể quên dần tiếng Việt, nhưng không quên mình là giống nòi Việt, và đương nhiên chúng không cần biết cộng sản là ai.

Trên thế giới bấy giờ hầu hết các nước xã hội chủ nghĩa từ khuya tiêu tán đường – là bán muối, là đay, là sâu bọ hóa.

Ngày ấy chỉ còn một vài nước gọi rằng xã-hội-chủ-nghĩa-pê-đê, lẻ loi lai căng trên địa cầu, chỉ là đứa tôi đòi, con rơi bất đắc dĩ của ông Mác ông Lê. Chúng đi giao cấu công khai với con đĩ tư bản, qua thằng cò mối môi lái mang tên kinh tế thị trường.

Cộng sản tuyệt chủng. Ngày xa xăm trong tương lai ấy, nhà khảo cổ muốn nghiên cứu Cộng sản là gì, thì dùng ống nghiệm phối ngẫu từ cái tinh trùng đông lạnh của ông Engels với cái "trứng" của cô thiếu nữ tươi thắm *Cuba tư bản kinh tế thị trường.*

Hồi ấy cô cháu gái xinh đẹp năm đời của một ngài ủy viên cỡ bự hôm nay rủi gặp thằng nhóc bảnh trai gọi tôi bằng ông Cao tổ, chỉ có tụi điên lúc nam thanh nữ tú gặp nhau mới nói *"Tôi thù cộng sản"*, hoặc *"Tôi ghét anh vì ông tổ sáu đời của anh là ngụy quân ngụy quyền".*

Rồi đương nhiên chúng có thể cùng bước một nhịp tango tình ái, chứ chẳng thể cùng nhau vỗ tay hát *"Như có Bác Hồ trong ngày vui đại thắng".* Khuya rồi.

Thế thôi. Nói cho lắm tắm cũng ở truồng.

Lý Đợi: *Theo ông sự khác nhau và giống nhau của văn học Sài gòn trước và sau 1975 là gì?*

Cung Tích Biền: Trước? Sau? Khác nhau như một anh đủ hai mắt và một anh chột. Giống nhau vì cả hai đều phải dùng mắt để nhìn.

Lý Đợi: *Tự do và ràng buộc của Việt Nam Cộng Hoà? Nếu phải so với nhà nước và chính quyền đương nhiệm hiện nay?*

Cung Tích Biền: Tự do đâu có nhiều như hàng hoá trong siêu thị, để mà so sánh. Xưa và Nay?

Nhưng Xưa vẫn hơn Nay một vài trời, một trăm vực.

Nói chơi thì tôi có chuyện này kể ông nghe. Hồi chế độ Cộng hoà cũng có kiểm duyệt. Đôi khi cũng ma giáo trú ẩn dưới cái tên mùi mẫn là Sở Phối hợp Nghệ thuật.

Hồi ấy, nhà xuất bản Trí Dũng, 1969, in truyện *Hoà bình Nàng tình rồng* của tôi đã bị kiểm duyệt phải cắt bỏ hai chữ *Hoà bình*. Lý do vì đang có Nghị hoà ở Paris giữa Bắc Nam. Không hiểu mất ông mất cha chi, hội nghị vận động ngưng chiến mà lại kỵ cái từ "hoà bình". Tôi nói với ông chủ nhà xuất bản Trí Dũng rằng: " Kiểm duyệt như rứa thì xé mẹ sách đi in ấn mần chi".

Nhưng dân kinh doanh người ta khôn ngoan lắm. Để vừa lọt cổng kiểm duyệt, đẹp lòng nhà văn, vừa không phải mất vốn vì sách đã sắp chữ, chủ xuất bản bèn bỏ hai chữ Hoà bình ở ngoài bìa sách – bìa do hoạ sĩ Hồ Thành Đức trình bày – còn trong ruột in y chang bản thảo. Sách được phát hành trót lọt. Sở kiểm duyệt thấy "chúng nó" ngoan ngoãn bỏ hai chữ *Hòa bình* ngoài bìa là chơi đẹp rồi.

Còn chuyện giỡn chơi này nữa. Thời Cộng hoà có kiểm duyệt nhưng dành cho người bị kiểm duyệt cái quyền ghi rõ ràng phần bị kiểm duyệt. Nghĩa là, sách in ra tôi có quyền để trống (giấy trắng) đoạn văn, hay bài báo tương ứng với phần bị lệnh cắt bỏ. Và in ngay vào đó dòng chữ: *"Bị kiểm duyệt năm dòng"*, hay *"Bị đục bỏ một trăm chữ"* chẳng hạn. Sòng phẳng. Không lấp liếm.

Chính nạn nhân bị kiểm duyệt đục bỏ, đã lợi dụng sự kiểm duyệt mà lăng xê sách báo, tên tuổi mình, rằng tôi đối lập, có chống chính phủ. Dân chúng thời nào lại chẳng khinh ghét bọn chóp bu, cho nên hễ nghe báo nào sách nào dám chửi cha chính quyền thì tìm mua, lén đọc. Sách báo đó bán chạy như tôm tươi.

Lý Đợi: *Rồi cả sự tu học của nhà văn nữa chứ? Ông và tác phẩm của ông thể hiện rõ bề dày về văn hoá. Ông "xoay xở" như thế nào trong hoàn cảnh ngày ấy?*

Cung Tích Biền: Câu hỏi này khá thú vị. Học như thế nào? Nghĩa nào? Học để có bằng tiến sĩ? Học để trở thành một nhà văn hoàn chỉnh hơn?

Nhưng tôi xin nói trước cái Học tôi bàn đây là nghiêm chỉnh nhưng không có gì phải gồng mình cho là nghiêm trọng. Cũng chỉ là cách chơi, ngao du cùng chữ nghĩa thôi.

Một ông tiến sĩ có học vị rồi, có thể cả đời không cần học gì thêm, vẫn tiến sĩ. Một nhà văn, khi được bắt đầu gọi tên, nếu không học thêm, mãi, là một tai họa chính mình.

Cái chết người là huênh hoang ở dạng năng khiếu, hương nguyện, lưu trú và cực thỏa mãn trong cái tổ ấm thi văn đoàn, cái thẻ hội viên được gọi rằng hội nhà văn.

Con đường sáng tạo, cái "Còn Lại" là rất khắt khe. Nó không ưu đãi cho một ai. Nó không có từ tâm cứu vớt một ai rơi rớt dọc con đường nghệ thuật. Vì "Nó" là sự công bình của người đọc, kẻ thưởng ngoạn, trong tiến trình luôn thử thách, tiến hoá. Sự đào thải trong văn chương nghệ thuật là đầy rẫy, muôn trùng.

Hành trang mang đi bền vững của một nhà văn là, tài năng, độ uyên bác, cộng với lao động triền miên. Nhưng nó không là cái bao tải có sẵn, cố định. *Đấy không có nghĩa là đủ. Phải thu nhặt suốt hành trình bằng tìm tòi, tự huỷ, minh triết.*

Đọc từng ngày.

Viết từng giờ.

Sống từng giây.

Cái Học ở đây có dấu cộng mật thiết với sự Hàm dưỡng, sự Đi và sự Đọc. Văn hoá là chiếc Bóng, không thể thiếu ánh sáng mà có nó được. Cả ánh sáng tôn giáo, ánh sáng tự do.

Học trong trường, rồi "đốt" trường trại đi. Học cái không-có-chữ, ngoài Chữ. Đạt tới cái Học này không chỉ một đời người. Một đời may ra, chỉ đi một "nửa dặm" trong muôn dặm Học.

Biểu trưng của Rồng, quẻ Càn gồm ba nét, quẻ Bát thuần càn có sáu nét, cả thảy những nét này được vẽ ra, biểu thị cho "Cái thấy", nên tạm gọi là "thực"? Đúng là như vậy. Nhưng là Chưa Đủ. Vì, hãy còn một nét ảo trên cùng. Chính Rồng-không-đầu // Long-vô-thủ này hình thành Cõi Mới.

Lý Đợi: *Nói như thế theo ông, viết văn tất yếu là cần phải học? Nếu không đó sẽ là thứ văn chương và thứ nhà văn?*

Cung Tích Biền: Thực tế, ở một số môi trường xã hội, có một số người không cần học hành gì ráo, bỏ cái cán cuốc cầm ngay cái cán bút, vẫn làm thơ viết văn; vẫn được chính quyền hoan hỉ tài trợ, vẫn nổi tiếng; có thể hội viên, có thể ban chấp hành; vẫn bao nhiêu nhà xuất bản hợp đồng in ấn; lại đi dạy người ta viết văn, được quan chức mời đi ăn nhậu mệt nghỉ.

Đây là chuyện bình thường trong một xã hội văn hoá đạo đức bị phá sản, giáo dục suy đồi, tư tưởng bị cưỡng chế, cái bao thư tiền đè chết ngộp cái Chữ. ***Người làm văn chương nghệ thuật bị bọn cai trị xem ngang tầm hữu ích như chó giữ nhà, lừa ngựa trước xe.***

Ông Lý ạ, con tằm phải được ăn lá dâu mới nhả kén. Ăn rau lang nghị quyết, no bụng chỉ thị, thì tằm thánh mới cho được tơ.

Lý Đợi: *Địa vị chữ Hán trong văn hoá, văn minh, và văn học Việt Nam? Việc học chữ Hán với ông (ngoài vốn tiếng Anh, tiếng Pháp) và giới trẻ hôm nay?*

Cung Tích Biền: Nếu ngắn gọn thì tôi trả lời thế này: *"Những ai bị cái văn hoá văn minh văn học quấy rầy thì nên học chữ Hán"*. Nên nhớ, tôi nói đây là học chữ Hán (Hán tự) để viết, đọc, và hiểu được những văn bản chữ Hán (Nho) theo âm Hán-Việt, chứ không phải học Hoa ngữ (tiếng Trung Hoa) để biết viết, đọc, nói và nghe trực tiếp với họ. Thành thạo chữ Hán, khi gặp một người Tàu, hai người chỉ có thể viết ra trên giấy những điều cần đối đáp, mới hiểu ra nhau, ấy gọi là bút đàm.

Còn nếu trả lời dài dòng một chút, dù cố gắng khái lược, để cho rõ hà cớ nguồn cơn, thì tôi cần thiết giãi bày như vầy:

Trước khi chữ Quốc ngữ được chúng ta dùng chính thức như hiện nay, ông bà chúng ta đã toàn bộ dùng chữ Hán – không đề cập đến chữ Nôm – trong mọi sinh hoạt Dùng-Chữ đã trên nghìn năm.

Theo lẽ bình thường, một người biết chữ Hán càng tốt, không biết cũng không sao. Vì, hiện nay phần lớn chữ Hán âm Việt, trong dân gian, đã được dùng quen, không cần giải thích cái nghĩa xuất xứ. Ví dụ, thiên địa, thủy hỏa, phụ mẫu, huynh đệ, quốc gia... chẳng hạn, biết ngay là trời đất, nước lửa, cha mẹ, anh em, nước nhà, v.v...

Một số từ khác (hoặc cụm từ) khó hiểu hơn, dân gian khi dùng cũng chẳng cần giải thích gì. Hơi lờ mờ ngữ nghĩa một chút, nhưng hiểu vậy vậy, biết rứa rứa cũng đủ rồi. Ví dụ: nhân chi sơ tính bản thiện / thất thập cổ lai hy / bách niên giai lão / vạn thọ vô cương / địa địa giai Mịch La...

Một số từ Hán - Việt cao cấp phải đủ trình độ mới rõ ngữ nghĩa, thì ít phổ biến trong sinh hoạt dân gian có ngữ cảnh thông thường.

Tuy nhiên, những ai có dính dấp đến các lãnh vực ngôn ngữ, văn chương, văn học nghệ thuật, văn hoá giáo dục, triết học, sử học, khảo cổ, tôn giáo, du lịch... thì nhất thiết phải biết chữ Hán. Tôi nói, cần/nhất thiết, chứ không phải biết hay không cũng được.

Một từ đồng âm, quốc ngữ chỉ viết một chữ, nhưng chữ Hán thì từ ấy gồm nhiều chữ viết hoàn toàn khác nhau, lại rất nhiều nghĩa, có khi nghĩa đối nghịch nhau. Một nhà văn, một thầy giáo chẳng hạn, không tỏ tường ngữ nghĩa là một điều không nên.

Vì không rõ nguyên nghĩa chữ Hán có thầy giáo giải thích cho học trò "tân khổ" là "nỗi khổ mới", cái ám ảnh chưa tan, (nhầm chữ "tân" này là "mới", và "khổ" là "nỗi khổ") trong khi "tân khổ" là "cay đắng".

Chúng ta nay đã có một nền văn hiến văn hóa riêng nhưng trong quá khứ chúng ta có rất nhiều mối liên hệ với văn hoá ngôn ngữ Hoa Hạ, trong đó lệ thuộc rõ ràng nhất là Hán tự, mà âm đọc Hán Việt có lẽ gốc rễ từ thuở Đại Đường.

Chữ Hán vẫn còn giữ một địa vị rất quan trọng – tuy âm thầm hôm nay – trong đời sống ngôn ngữ, văn học, văn hoá và văn minh Việt Nam. Tâm thức của đại chúng nay hãy còn âm hưởng một cách lâu dài thời đại mà cha ông chúng ta dùng chữ Hán trong triều đình, thi cử, sách vở, thơ phú, kinh điển, nói chung. ***Chúng ta chưa thoát khỏi ký ức lịch sử văn hóa, văn học chữ Hán còn ẩn tàng bàng bạc trong mọi sinh hoạt.***

Hãy còn một kho tàng kinh điển, văn bản, thi phú, sách sử cùng thư mục, bản đồ, mộ bia, gia phả, trích lục... ở dạng nguyên bản chữ Hán. Mà kho tàng này có thể nói là rất to lớn, chỉ kể từ Lý Trần tới đầu thế kỷ XX, lúc chế độ khoa cử chữ Hán đã chấm dứt ở miền Bắc năm 1915, ở miền Trung năm 1918. Thi Hội thì mỗi miền chấm dứt sau đó một năm. Chưa kể kho tàng kinh sách có từ Trung Quốc ở trăm lĩnh vực, mà nền văn hoá chúng ta hiện tình vẫn còn ảnh hưởng sâu nặng, không thể không tham khảo tới.

Nếu biết chữ Hán chúng ta không thua thiệt khi tiếp cận văn học Lý Trần, các áng thơ văn của văn thi nhân sáng tác bằng chữ Hán qua nhiều triều đại về sau.

Chúng ta cũng khó thể nắm lưu, đàn hồi cái ý nghĩa uyên áo, tâm thức ẩn mật, các điển tích, ngay cả khi đọc những tác phẩm sáng tác bằng chữ Nôm rất giàu âm Hán-Việt như *Cung oán ngâm khúc* (Nguyễn Gia Thiều), *Truyện Kiều* (Nguyễn

Du), hay *Chinh phụ ngâm* (bản dịch nôm của Đoàn Thị Điểm).

Học chữ Hán còn có nhiều điều thú vị. Ngồi thù tạc với bạn bè, đọc được bài thơ cổ trên chén trà, viết tặng bạn một bài thơ Đường, ngày xuân viết vài câu đối làm vui. Vào Văn miếu đọc các văn bia. Đến nhà thờ đọc vài câu đối liễn, đọc giảng cho bà con tông họ cuốn gia phả. Giảng giải cho mọi người những điển cố, những sử tích, những ngữ nghĩa của không biết bao liên hệ với văn hoá văn minh cổ mà sinh hoạt trong dân gian hiện hành vẫn còn cần biết.

Về thư pháp, trong nhơn loại cổ kim, từ Âu sang Á, không có một loại chữ nào mà bạn viết thư pháp có thể rồng bay phượng múa, như tranh, như lưu thủy, đa dạng, như hành vân, nhiều thế: Khải, Triện, Lệ, Hành, Thảo... như chữ Hán. Viết như vẽ tranh mà nhìn vẫn ra chữ. Khởi nguyên Hán tự là một loại chữ tượng hình.

Qua thư pháp, duy nhất chữ Hán, mỗi người lộ bày cái thần thái, cái tài hoa, vẽ ngự lạc, nỗi ký hoài, riêng trong mỗi thủ pháp. Là cách chơi, cách định thần. Là Thiền.

Có thể tôi phủ dụ cái điều chưa mấy tin. Tôi xin tạ lỗi.

Ngày nay, muốn sinh tồn, chúng ta phải cực lực chống lại sự "xâm lăng mọi mặt" của bọn cường khấu phương Bắc, nhưng xem lại, việc bài trừ chữ Hán có phải là điều kiện ắt có và đủ, trong cách hành xử.

Tôi khuyên, các nhà văn trẻ nếu vị nào bỏ ít thì giờ học chữ Hán – đương nhiên ngoài những ngoại ngữ cấp dụng như Anh ngữ, Pháp ngữ – là điều tốt đẹp. Học chữ Hán, nếu thông minh, trí nhớ tốt – cường trí – và biết cách học, chỉ qua sáu tháng đổ lên một năm, là thông thạo, tức là có thể đọc/hiểu Đường thi, cả tiểu thuyết như bộ *Tam Quốc chí*, chẳng hạn.

Lý Đợi: *Ông nghĩ gì về tình hình giáo dục trong mấy thập kỷ qua? Cái gì thiếu? Cái gì thừa?*

Cung Tích Biền: Tôi đề nghị đại ca nên gởi câu hỏi này đến Ngài đương kim Bộ trưởng Giáo dục hoặc một vị nào đó sắp cho con vào trường mẫu giáo. ***Trong một xã hội tương chao, một nền giáo dục mà các nhà trị nước đang cố thực hiện chính sách ngu dân,*** gây trăm điều rối rắm ngặt nghèo cho tụi nhỏ, thì chỉ có hai người này mới hiểu rõ nhau. Một, đang cai trị nền giáo dục Việt Nam chắc là nắm vững cái Dáo để Giụx, và, một đang phải nghiên cứu kỹ lưỡng "con khủng long" mà chính đứa con bé bỏng của mình sắp phải trường kỳ chí mạng đương đầu tại trường học.

Lý Đợi: *Tôi nghĩ ông có những ý cần nói thêm?*

Cung Tích Biền: Nếu cần nói thêm, chiều mai Ta mời ông ra quán nhậu, có tôm cua rùa rắn, Ta nói thêm vài ba nghìn năm nữa, chắc gì xong.

Lý Đợi: *"Môi trường" của nhà văn, theo ông, thế nào là một môi trường lý tưởng? Như ở ta hiện nay nhiều người nói người cầm bút dễ trở thành kẻ bồi bút, ông có chia sẻ được quan điểm này? Hay là ông có một suy nghĩ khác về đời sống và về môi trường này, hỡi ông nhà văn?*

Cung Tích Biền: Môi trường lý tưởng? Tôi đã nói qua ở câu 2.

Tôi không quan tâm lắm đến quý vị bồi bút. *Cũng có cái quyền, lẫn quyền lợi, được làm bồi bút.* Bất cứ chính thể nào, thời đại nào cũng cần, phải có nhu cầu bồi bút, nhiều hay ít thôi.

Nhiều ngài hy sinh tận mạng cho nền bồi bút, cả đời tôi tớ bợ liếm đến hơi thở cuối cùng. Rồi tên cũng được đặt tên đường phố, lưu d[m]anh muôn thuở.

Lý Đợi: *Thời nào cũng có cái gọi là văn nghệ xuyên tạc và tuyên truyền. Nhưng theo ông, từ 1975 đến nay, trình độ "xuyên tạc, tuyên truyền ở mức độ đẳng cấp nào"?*

Cung Tích Biền: Phát âm theo giọng nước "Quảng Nam Dân chủ Cộng hoà" của tôi, thì *"tuyên truyền, xuyên tạc"* phải là *"Tiên triền và Xiên toạc"*. Nghĩa là trước tiên rêu rao, sau đâm toạc sự thật.

Thưa sư huynh, "tiên triền và xiên toạc" từ 1975 đến nay? Ôi, nó là thượng thừa cao thủ. Đẳng cấp sư phụ nhơn loại. Nó thể hiện vĩ đại nhất cái dối trá, bịa chuyện là trong môn sử học.

Lý Đợi: *Thưa ông, ông có đọc tác phẩm của các nhà văn trẻ bây giờ không? Nghĩ gì về vấn đề trong tác phẩm họ đặt ra? Chuyện hàm dưỡng trong suy nghĩ và tư tưởng của họ?*

Cung Tích Biền: Không những đọc mà tôi yêu, thích gần gũi với giới trẻ, không riêng nhà văn. *Đơn giản là tôi cần được tiếp sức. Tôi có nhu cầu trẻ.*

Một lần ngồi uống rượu với một vài nhà văn thơ trẻ, nhà văn họ Trần hỏi tôi: "Anh Cung Tích Biền, là người đi trước, có kinh nghiệm văn chương cả kinh nghiệm sống, anh truyền đạt gì cho tuổi trẻ?" Tôi cười, trả lời: "Không có chi phải truyền đạt. Nếu không muốn nói có những cái của thế hệ 'ta đây' các huynh cần thiết vất vào sọt rác. Cái sống là cái muôn trùng. Học cái-đã-qua là phần nhỏ. Cái-Sẽ-Tới mới là cái cần học. Chính các huynh, tuổi trẻ là thầy tôi."

Nói về tài năng, tuổi trẻ hôm nay nhiều quá, như nấm. Vì thế nhậu nấm có khi cũng ngộ độc. Viết hăng (cả hung hăng) hàng hàng lớp lớp. Cũng rất nhiều rẻ rúng, tào lao. Cũng khá nhiều cái không hề, và không thể gọi là văn chương. Tuy nhiên số ít còn lại là tinh tuý, tôi nhận ra chỗ công phá hữu ích, dữ dội, rất mới, rất tư tưởng, và thú vị.

Về loại hạng, có nhiều loại tuổi trẻ. Thứ nhất, tuổi trẻ Lừa. Khôn mà vẫn bị lừa bởi guồng máy, hoặc do ngây thơ đã thành lừa chánh hiệu. Một ít trong số này thông minh, có tài, có nhân cách, đã nhận ra số phận, nhưng cũng đành. Đã chịu thiến giái, sớm trở thành những hiền nhân bất đắc dĩ tuổi ba mươi. Nhậu, và liệt tuần tự từ dương sang âm, theo định hướng xã hội chủ nghĩa.

Một tuổi trẻ khác, trong nước, là những Ngựa không yên cương. Tôi cực yêu quý đám chịu chơi, rất chi vong mạng này. Tôi không nói ngựa bất kham mà là "ngựa không cần yên cương". Họ ở ngoài luồng lẫn chuồng. Nhưng chưa gặp thảo nguyên hạnh phúc. Những tuấn mã – mã cái càng cà tưng dữ dội – này đẹp, bừng sức, ngoan cường. Đáng khen và đáng phục là bọn này một mình dung ruổi, không có, không cần cái gọi là bầy đàn. Chiến đấu không áo giáp. Nhưng cũng có cái đau, là thiếu chiến trường để phi nước đại. Nên thiếu chất tung bay, hí lộng.

Nhà văn trẻ hải ngoại, phần lớn có điều kiện chữ nghĩa, may mắn sống trong thế giới tự do, tiếp cận một xã hội đa văn hoá, nhiều nền văn minh. Họ tài hoa, viết dễ dàng, khơi mở, tươi tắn, và trên hết là họ nhiều tự trọng.

Nhưng mất tự do thì lẩn quẩn, tự do quá cũng bối rối. Ánh sáng nhòe nhạt trong địa đạo thì chỉ đủ thấy mỗi Ta đây, cùng giun dế. Đèn nghìn watt ở siêu lộ thì thấy người sáng rõ hơn thấy chính mình. Cái khó khăn là sự hoà điệu. Theo tôi, đóng góp của các nhà văn, nhà thơ trẻ hải ngoại là không nhỏ cho văn học, văn hoá Việt. Thẩm định này là của mai sau.

Về cái "Viết", trong cũng như ngoài, họ "Nói" tới cái Hôm nay nhiều quá. Đọc văn chương của họ tôi thấy trần trụi quá, thực quá; chỉ nói về mình và gần chung quanh mình; thiếu vắng chất u mặc, ẩn dụ, huyền hoá, mật mã. Cạn ước mơ. Tuổi trẻ, chưa dày quá khứ? Đã đành. Mà thiếu cả bóng dáng vị lai.

Các nhà văn trẻ quá thông minh, mẫn cảm. Nhưng bị cái hiện thực này nó hành, bị cột chặt trong bủa vây thường tình, làm cho họ bận rộn không đáng với những điều nhỏ nhoi. Khí hậu trong tác phẩm *ngắn* và *hẹp*. Tôi nói là Khí hậu. Và, thay vì những tài năng này tung bay, lại thu tầm, thật đáng tiếc.

Có nên bỏ qua phần nào, không cần thiết để cập tới, như cái cay nồng lặt vặt của hành tỏi thời sự, hôm nay, cái tanh tưởi của lăng mộ lịch sử?

Một số người cầm bút trẻ khác, là Việt Nam, mà xa cách quá xa với triết học và văn hóa Đông phương. Xa cách ngay với một nền văn học đi trước, nhất là văn học hệ chữ Hán và chữ Nôm của tiền nhân. Nên nẩy ra cái cách **phê phán thiếu sang trọng, khập khiễng, mất gốc trong kiến thức, thiếu bề dày học thuật,** *của một số các nhà văn nhà thơ trẻ.*

Một điều đáng tiếc nữa, không ít nhà văn trẻ thoạt viết, đã có chỗ đứng vững vàng, chắc trong tay viết, lay động chỗ người đọc, rồi bỗng dưng mất tiêu, ví chừng chưa đủ "túi thơ bầu rượu" cho sức vóc Đường trường.

Lý Đợi: *Thưa, chất lượng văn chương, việc thẩm thấu và cảm thụ văn chương, theo cách nhìn của ông?*

Cung Tích Biền: Đang trong một thế giới đa cực, văn minh số, chất sống tính từng phút giây, cho nên sự thưởng ngoạn thẩm định cũng đa chiều. Sự cảm thụ và thẩm thấu văn chương lại đa tầng. Tuỳ thuộc vào loại độc giả có bộ não màu vàng, đen, xanh, trắng, hay Đỏ. *Văn chương nghệ thuật đích thực thì không chủ tâm pha màu để hợp khẩu* *vị vàng đen trắng đỏ*. Lại một phần lệ thuộc vào tâm thức chung của thời đại, vì thế phần nào văn chương nghệ thuật hôm nay, đôi khi bị hạ thấp trong quảng cáo đại trà.

Thời đại, thời lưu, thời thượng chỉ là mạng/internet. Người đọc, thay vì là bạn với quyển sách thơm mùi giấy, con dao rọc sách, nay là bạn với màn hình nhấp nháy, con chuột.

Giấy và màn thuỷ tinh lỏng. Con dao và con chuột. Mùi thơm mực in mùi giấy nay là "mùi" vô tri của số. Đọc sách mỏi mắt bạn rời sách nhìn con chim bay, lá rụng ngoài không. Nhưng lên mạng, vào truyện vài trăm dòng, bạn lại cờ-lít, lướt mạng một thôi cho thoả cái đói tin, đánh vài ván cờ tướng với một đối thủ vô hình qua mạng, lại chát một phát, meo một thư. Ngần ấy đủ dịch chuyển bạn ra ngoài ta bà thế giới chớ không phải thế giới chủ đề có biên cương như trong truyện mùi giấy. Trong cái lợi ích lớn lao không hề thiếu vắng cái hại, dù nhỏ, hiện ẩn. *Ngần ấy đã thay đổi phần nào cách tiếp cận, cảm quan, cùng độ khơi hoạt hoặc sâu lắng của Hồn Chữ.*

Lý Đợi: *Thưa ông, bảo tàng, bảo tồn và thư viện, tác phẩm đã xuất bản của ông trước 1975 nay được đối xử như thế nào?*

Cung Tích Biền: Ngay sau ngày 30 tháng 4, 1975 nhà nước Cộng sản đã có lệnh cấm (bằng văn bản pháp quy, có danh sách rõ ràng từng tên tác giả, tên tác phẩm) là cấm lưu hành, in ấn, tàng trữ bất cứ dưới hình thức nào hầu hết tác phẩm dưới thời Miền Nam Cộng Hoà.

Toàn bộ tác phẩm của tôi cũng nằm trong lệnh cấm này. Một lệnh cấm mang tính an ninh triệt để. Vi phạm là phản động, đi tù không cần tuyên án.

Để yểm trợ cho lệnh cấm này có hiệu quả tuyệt đối đã có những đơn vị xung kích đi từng nhà, từng khu phố thu gom sách. Đốt.

Tháng Tám 2005 – ba mươi năm sau – theo sự chỉ dẫn của một nhà văn (vì anh đã được cho phép sao lục tác phẩm cũ) tôi đến một thư viện tại Sàigòn để xin sao lục những sáng tác của tôi trước 1975, nay với tôi là tuyệt bản. Tại đây, Thư viện Khoa học Tổng hợp, bảo tôi về làm đơn xin phép nhà nước.

Đơn viết xong, nhờ vợ tôi ra phường ký xác nhận. Nộp đơn vào thư viện, lại phải viết tiếp một đơn khác xin sao lục, vì đơn ở phường mới chỉ có giá trị chứng cư trú.

Đơn xin sao lục được chấp nhận lại phải làm phiếu đăng ký xin sao lục những gì, trên báo, tạp chí nào tháng năm nào. Phiếu đăng ký nộp vô, bị gạch bỏ một số không được sao lục, số được phép thì do nhân viên thư viện chụp hình in ra đĩa CD.

Thư viện có một chiếc máy rất cũ, làm việc rất chậm. Tôi không được quyền mang máy ảnh, quay phim tư liệu vào thư viện để tự thực hiện, cho nhanh. Đóng tiền trước ba trăm nghìn đồng.

Đúng một tháng sau, y hẹn, tôi đến thư viện. Đĩa CD làm xong nhưng tôi được lệnh là không cho phép nhận mang về. Lý do: *"Truyện phản động, không được phép sao lục, chưa có phép lưu hành."*

Từ đây có một cuộc phản kháng. Tôi nói với cô H. cán bộ thư viện là *"Tác phẩm của tôi, tài sản tinh thần của tôi, tôi có quyền sao lục. Tác giả sao lục tác phẩm chính mình sao lại gọi là lưu hành. Mà dù tôi chống lại lệnh cấm, tôi lưu hành là quyền của tôi, sẽ do pháp luật can thiệp, bỏ tù tôi chịu. Thư viện giam giữ đã ba mươi năm tác phẩm của tôi mà không cho tôi sao lục là một hình thức chiếm đoạt tài sản."*

Hôm sau tôi được mời tới. Tiếp tôi là ông Bùi Tấn Đ. lãnh đạo. Ông ta còn trẻ, khá từ tốn. Ông đặt một quyển sách tổ bự như quyển tự điển mà tác giả là một "Một cán bộ tuyên huấn".

Ông Đ. nói: *"Thưa bác, trong sách này có lệnh cấm sách của bác"*. Cùng lúc ông Đ. cầm quyển sách lật tìm cái trang có lệnh cấm. Tôi nói:

"Ông ạ tôi chẳng cần xem, không cần biết trong ngữ ấy nói cái quái gì."

Lúc này tôi chợt hiểu là không cần tranh luận gì thêm. Quyển sách cấm này xem như là quyển Hiến pháp Văn nghệ của nước CHXHCNVN. Tôi chỉ nói:

*"Vào được đây tôi phải làm đơn xin sao lục, có chính quyền chứng nhận. Vậy nay cấm sao lục, thì anh phải cho tôi **cái lệnh cấm** của thư viện, phải có chữ ký đàng hoàng của người có trách nhiệm ký, và có đóng con dấu của nhà nước. Tôi chỉ cần ngần ấy thôi. Chớ lời nói gió bay, sau này tôi có chửi toáng lên thì các ông bảo rằng đâu có cấm, thì tôi phải đi tù vì tội vu cáo."*

Ông Đ. hứa là sẽ có giấy và sẽ mời tôi trở lại nhận giấy. Đã hơn một năm trôi qua tôi chẳng thấy ai thực hiện một cách sòng phẳng, đúng luật chơi là ký, và trao cho tôi cái giấy, là **một lệnh cấm** đó cả. Ba trăm nghìn đồng tôi ứng trước nay vẫn còn nằm trong thư viện. Hơn một năm tôi chưa hề nhận được cái giấy mời hay một cú điện thoại đến trả lời dứt khoát, như lời viên phó thủ trưởng đã hứa.

Tôi rất ung dung tự tại. Không hề buồn hay uất mần chi chuyện vặt này. Hơn ba mươi năm kinh nghiệm dạy cho tôi cung cách "nằm nụng" tại "lơi lày". Rằng thì là lánh, lãng, lơ, lì, lừa, luồn lách, lật lọng, lờ, lâu…. rồi quên.

Vả lại cấm bằng miệng thì gió bay đi, quỵt được, lại không bằng chứng ghi âm tại chỗ, chớ xấn vô cái trang giấy một con dấu đỏ thì phải chịu trách nhiệm rõ ràng, khó thể lật lọng. Mà trách nhiệm à? ***Nhân dân là nhân dân chung chung. Cán bộ là cán bộ chung chung. Có cán bộ nào rõ ràng là một "đích thực con người" tạm có chút liêm sỉ và lương thiện đứng ra để nhận trách nhiệm đâu***. Đã có con ma vô hình là tập thể chung chung nhận trách nhiệm rồi.

Tác giả sao lục tác phẩm của mình ngay tại "Phòng đọc hạn chế" mà bị cấm. Tự do ở đây quả là người ta đã ướp và chôn theo xác chết trong lăng mộ kỹ càng.

Lý Đợi: *Các tạp chí, các nhà xuất bản, trong cũng như ngoài nước lâu nay in ấn nhiều tác phẩm của ông người ta có trả nhuận bút sòng phẳng, cũng như xin phép in ấn theo luật tác quyền?*

Cung Tích Biền: Anh em ở nước ngoài do liên hệ khó khăn nên thỉnh thoảng đăng truyện của tôi – thường là đăng lại – không có thông báo trước.

Những chỗ quen biết, sau đó có mail, thư, một chút tiền gọi tình, và tặng số báo có đăng truyện. Nói chung là tạm đàng hoàng.

Một số nhà xuất bản nước ngoài thì trước khi in truyện người ta làm thủ tục xin phép bằng văn bản như Tập san Văn chương *Le Serpent A Plumes*, Paris. Nhà xuất bản Philippe Picquier xuất bản tập truyện *En Traversant le fleuve*, trong đó có truyện "Qua sông" của tôi – Dịch giả Phan Huy Đường chuyển ngữ – đã gởi bản hợp đồng, ứng tiền trước.

Tháng Tư 2005 thông qua nhà văn Nguyên Hương, tôi được một email xin phép đăng truyện "Bạch hoá" trên tập san văn học *Amerasia* của University of California, Los Angeles. Thời gian này tôi nằm bệnh viện không mở máy. Qua ba lần mail, không nhận được hồi âm đồng ý, thì người ta không đăng "Bạch hoá".

Tôi dài dòng thế này là để cảm tạ cái văn hóa ứng xử.

Trong nước, xin đơn cử một chuyện (trong nhiều chuyện) làm vui. Nhà xuất bản Văn học đã lấy truyện "Không thể là hiện thực" của tôi in trong tuyển tập *Đêm bướm ma* (truyện này của tôi đã đăng trên *Hợp Lưu* [Mỹ] 1998, và Tập san *Văn Chương* [đăng lại năm 1999]). Nhà "Văng học" không hề xin phép tôi, hoặc thông báo đã in truyện, dù một cú phôn.

Mà truyện "Không thể là hiện thực" của tôi nội dung có ma cỏ gì đâu. Chỉ là nó rủi ro gặp lũ Ma Lưu chôm chỉa trên cõi đời.

Lý Đợi: *Một chút về tiểu sử văn học của ông?*

Cung Tích Biền: Hình như tôi đã lai rai đề cập một phần tiểu sử cùng một số hà cớ tạo ra tác phẩm trong những câu hỏi trên. Thấp thoáng? Vậy đủ rồi!

Lý Đợi: *Châm ngôn sống của ông?*

Cung Tích Biền: Châm ngôn sống? Có đấy. Nhưng quá đát, cũ xì rồi. Nói ra các bạn cười. Chỉ còn là Chôn-Ngâm. Chôn trong dặm dài bóng tối và Ngâm trong kinh nước đen quê nhà.

Tôi tặng ông một câu thơ tự trào cà chớn:

"Châm ngôn. Chôn ngấm. Chăm ngồm.

'Good bye' chẳng đặng 'Go home' trễ tràng"

Lý Đợi: *Những ý mở rộng, dẫn dắt mà ông thấy cần nói thêm cho lần phỏng vấn này?*

Cung Tích Biền: Hồi tôi lớn lên ở thôn quê thân ái ngày xưa, đồng thì xanh, trời trong, trẻ em thường dắt dẫn những con trâu già đi ngao du gặm cỏ. Con cò con vạc, bầy vịt trời tự nhiên qua về như mây. Hình ảnh này là thẩm mỹ một quê hương.

Bây giờ bọn trâu già sừng mọc ngay mông, đi thụt lùi bờ cỏ. Thay vì bọn trẻ xã hội chủ nghĩa theo hướng sừng, dắt trâu tới, bỗng thụt lùi theo trâu. *Cho nên muốn nghĩ đến tương lai, anh hãy nhìn lui xa xa lắn xa xăm, thì thấy tương lai trong quá khứ dặm ngàn.*

Tôi đọc thử câu thơ này của Người Trăm năm cũ anh nghe còn hợp thời trang không:

"Gác mái ngư ông về viễn phố,

Gõ sừng mục tử lại cô thôn."

Hình bóng xưa đã vụt mất. Hôm nay treo lơ lửng trên trời quê hương là cái lưỡi liềm như thể trăng non vàng nhạt. Lưỡi liềm trên một nền hoàng hôn ráng chiều in máu. Và mây đen xây thành bức tranh mây chó.

"Vân cẩu hề thế gian ư cửu ngục."

Thơ chữ Hán của tại hạ đó.

Lý Đợi: *Vậy thật lòng thì ông nghĩ gì khi trả lời bài phỏng vấn này?*

Cung Tích Biền:

Thú vị.

Nhưng buồn.

Một triệu cái Nhưng.

Lý Đợi: *Từng đọc một số truyện của Hoàng Thị Kim trên* Khởi Hành, Trình Bày,... *một giọng văn có bản lĩnh. Từ ngày lấy ông, vợ ông có còn viết văn không? Ông nghĩ gì về vợ mình?*

Cung Tích Biền: Vợ tôi nhỏ hơn tôi 15 tuổi. Người Quảng Trị. Bên nội họ Hoàng. Bên ngoại Lê. Hồi trung học, học trường Đồng Khánh, Huế. Vào Sàigòn học tiếp, ở nhà người cậu ruột là luật sư Lê Nguyên Phu – ông này là Tổng Giám đốc Hiến binh thời Đệ nhất Cộng hòa, về sau ngồi ghế Công tố ủy viên xét xử vụ án Phật giáo và trí thức chống chế độ Ngô Đình Diệm năm 1963. Luật sư Lê Nguyên Phu cũng là người ký lệnh mời Nhà văn Nhất Linh ra hầu tòa. Nhà văn Nhất linh đã tuẫn tiết, không hầu tòa.

Vợ tôi học trường Văn khoa Sàigòn, tốt nghiệp khoa Triết, triết học Tây phương. Cô có viết một số truyện ngắn đăng trên vài tập san văn chương, bút hiệu Hoàng Thị Kim. Rồi lấy chồng, sinh con, bỏ viết. Tôi không biết vì sao, mà cũng không hề hỏi han do hà cớ chi mà không viết nữa.

Người con gái quê hương Quảng Trị chịu lao lung, bao dung, âm thầm số một. Lấy nhau suốt

35 năm, lúc đủ ăn, lúc cơ cực nợ nần, phải cầm cố nhà cửa vì nợ, vợ tôi chưa bao giờ mè nheo về tiền nong. Chưa bao giờ ép tôi phải viết thế này thế nọ. Không bao giờ hỏi tôi tiền nhuận bút. Đọc của tôi từ khi chưa cưới nhau nhưng không phê phán khen chê. Nhưng rất âm thầm chia sẻ nỗi đau của chồng, và chăm sóc, tôn trọng sự lựa chọn lý tưởng của chồng.

Người là Mẹ của tôi, vì đến hôm nay vẫn còn chăm sóc cho tôi viên thuốc uống, tấm áo giặt xong, ủi thẳng, cái kem đánh răng, khăn lau mặt, đôi vớ, thay bao gối ra giường, lau dọn bàn viết. Cơm tới bữa lên mâm, *"Này con, hai giờ chiều rồi, ngưng viết, lo ăn cơm đi con"*. Từ năm 2000 đến nay Hoàng Thị ăn chay trường. Thuộc nhiều kinh Phật, nghiên cứu kinh Dịch, rất giỏi phong thủy. Sớm mai thường trực tụng kinh. Chiều chiều đi chùa.

Nói chung, tôi xin cảm ơn Phật Bà Quán Thế âm.

Lý Đợi: *Vắng bóng trên thập kỷ rồi. Ông sẽ xuất hiện lại chứ. Ẩn danh mãi sao ông nhà văn?*

Cung Tích Biền: Danh đâu mà ẩn. Chỉ là tìm chỗ trốn cái gió tanh mưa bụi.

Tôi có một kho tàng sống qua mấy thời kỳ. Chỗ giáp ranh của thực hư, chính tà. Nửa tỉnh nửa điên. Thuộc Pháp, chống Pháp, nội chiến, hoà bình, rồi "định hướng xã hội chủ nghĩa" để rồi tuyệt đối mất phương hướng. Nửa đời trước của tôi, Cộng hòa ấy mà, tự do quá mạng kể cả tự do chửi bới ỉa mửa. Một nửa đời còn lại, thì… *"Công lý một chiều, Tự Do giới hạn".*

Tôi là trập trùng kỷ niệm. Vô cùng linh tinh, vô cùng đáng khóc cười chuyện cỏ hoa vật dụng. *Trong xa vắng, tôi thương xót con trâu Đụng kéo cày cho gia đình tôi hồi kháng chiến. Hơn năm mươi năm sau, bây giờ, không dám ăn thịt trâu. Chẳng lẽ xực thịt mình.*

Tôi nhớ con chó Bô, nó đau ốm năm sáu ngày, vợ chồng tôi ôm nó đi chạy chữa phòng thú y hai ba nơi, hôm nó chết tôi ngồi khóc ròng ở nhà hoạ sĩ Thanh Tùng. Họa sĩ Hồ Hữu Thủ hỏi, "Người thân yêu nào qua đời mà tiếc thương quá vậy? Tôi nói, Con chó Bô nhà tôi nó "chuyển sang từ trần".

Một thằng Người chết ướp, có khi mình không độc địa cũng rủa thầm chết mẹ mày cho xong nợ; sao con Bô thôi thở, tôi lại xót thương, Sao mày đi sớm quá vậy Bô.

Không viết thì tôi điên. Tôi viết nhiều, viết mịt mùng. Tôi phải có chỗ mà trải ra chớ. Cho nên, ông sẽ không ngạc nhiên gì khi tôi lại, sẽ, có bài đăng, trong nước, hải ngoại, lên mạng, ra sách. Nghĩ cho cùng, không mảnh đất nào là không thể cắm dùi.

Xong nợ với ông rồi. Tôi đi khiêu vũ, uống rượu đây ông Lý Đợi.

Lý Đợi: *Trước khi đi uống rượu, qua bài phỏng vấn này, ông có muốn thỉnh cầu một điều gì không?*

Cung Tích Biền: Nhân đây tôi có một yêu cầu (không phải kêu xin, vì nếu làm đơn xin thì 30 năm nay tôi đã làm rồi) với Nhà nước CHXHCN Việt Nam như sau:

CHỈ GIÙM TÔI NƠI CHÔN CẤT HAI NGƯỜI ANH RUỘT CỦA TÔI.

Người thứ nhất: Ông **Trần Ngọc Biền**, vào bộ đội năm 1952, sĩ quan, chết năm 1969, tại vùng núi Nghĩa Đàn, Nghệ An. Anh có nhiều huy chương và bằng khen thưởng, có cả chữ ký của Thủ tướng Phạm Văn Đồng, Đại tướng Võ Nguyên Giáp...

Người thứ hai: Ông **Trần Ngọc Tấn**, sĩ quan cấp tá quân lực VNCH. Có đi trình diện sau tháng Tư 1975, đi học tập và chết trong trại cải tạo. Gia đình chỉ được thông báo cái chết từ năm 1978 mà không biết nơi chôn cất.

Tôi, Trần Ngọc Thao, năm nay, 2007, cũng đã ở tuổi cổ lai hy, nếu được quy kết mộ hai ông anh ruột cũng là một thỏa lòng. Nhà nước giúp tôi việc này cũng là phù hợp với Đạo lý Việt Nam.

© 2007 talawas

---

[1] Theo file thông tin còn lưu giữ trong máy vi tính, lần đầu tiên tôi đề nghị thực hiện phỏng vấn trực tiếp nhà văn Cung Tích Biền là ngày 28.11. 2003, nhưng do một vài lý do khách và chủ quan, lần đó bất thành. Lần thứ hai, tôi đề nghị và được ông đồng ý để thực hiện trực tiếp là ngày 28.10. 2006 và bài phỏng vấn này sơ kết câu hỏi cuối cùng vào ngày 22.01. 2007, hoàn tất ngày 28.01. 2007. (LĐ)

PHỎNG VẤN NHÀ VĂN CUNG TÍCH BIỀN

Đặng Thơ Thơ *thực hiện*

Nhà văn Cung Tích Biền
(Ảnh: François Nay, 1998)

Kỳ I.
Tư thế văn chương từ tật nguyền lịch sử

Đặng Thơ Thơ: *Thưa anh, tạp chí văn chương* Da Màu *rất hân hạnh được thực hiện chuyên đề Cung Tích Biền. Phần phỏng vấn này là một bước cần thiết để độc giả hiểu biết thêm về những tác phẩm gần đây của anh, cũng như những yếu tố chủ quan/khách quan/tư tưởng/xã hội... đã làm nên Cõi viết Cung Tích Biền. Để khởi đầu, xin hỏi vài điều tổng quát về văn nghiệp của anh, sau đó chúng ta sẽ đi sâu vào từng tác phẩm.*

Trong những tập hợp người viết trước 1975, anh dường như là một nhà văn độc lập không thuộc hẳn về một nhóm sáng tác hay tạp chí nào. Anh đã thành danh từ lâu trước 1975, càng về sau này viết càng mạnh hơn, tư tưởng và bút lực càng sắc sảo hơn. Nhưng lại rất ít những nhận định hay khảo cứu chuyên sâu về văn chương Cung Tích Biền, ngay cả trong những tài liệu văn học sử cũng vậy. Anh nghĩ đâu là lý do?

Cung Tich Biền: Sẽ say sưa đáp vấn. Nên có thể dài dòng, lạc điệu, tiêu phá thời gian người đọc. Tôi đề nghị thế này. Ngoài những câu có thể trả lời ngắn gọn thì thôi. Những câu hỏi khác tôi trả lời bằng hai cách. Một cách thật ngắn (ngắn) dành cho những ai ít thì giờ. Và một cách dài (dòng), rất ngao du, đọc mệt nghỉ, cho cạn nguồn cơn. Vị nào muốn đọc phần nào thì đọc.

Trả lời ngắn: Tôi là một Nhà văn, trước tiên là Viết. Mọi nguồn khép-mở tạo ra những liên hệ về sau từ tác phẩm, là hạ hồi phân giải. Tôi cũng có biết vài lý do, nhưng không đủ "vị thế" để trả lời. Nội dung sự vụ này nằm Ngoài-tôi. Nó nằm ở phía các nhà nghiên cứu phê bình.

Đôi khi văn chương tôi là Trống Rỗng, một cái lỗ đen "thiếu khả năng nhận ánh sáng," nên chẳng có gì để rọi soi. Đây là vì tôi thiếu diễm phúc.

Lại có thể do lịch sử trở trêu, cuộc tiêu tán mở rộng, nên số phận văn chương của tôi, chưa có cuộc trùng phùng, để nhận diện và lai tỉnh.

Đúng, tôi là một Nhà văn độc lập. Nói cho chính xác, *"Tôi tự cô lập bằng cách sống ẩn mình, và thành tâm đoạn tuyệt những mối quan hệ không cần thiết, trong hòa đồng xã hội. Tôi chú mục giữ cái vị thế cô đơn để trọn vẹn cuộc Hành Nghiệp.*

Trả lời dài: Đây là một câu hỏi nòng cốt buộc tác giả phải nói nhiều chỗ riêng tư, của đời thường và những đặc điểm thời thế liên hệ đến việc sáng tác. Rất dài dòng. Tôi đề nghị chuyển phần trả lời dài của câu hỏi này xuống cuối bài phỏng vấn. Xem như một phần kết. Một lời chào tạm biệt.

Đặng Thơ Thơ: *Những tác phẩm sau này của anh xuất hiện ở hải ngoại nhiều hơn trong nước. Nếu phải tự xếp loại mình vào một dòng văn học nào, thì đó là văn học miền Nam 54–75 nối dài, văn chương phản kháng trong nước, hay văn chương ngoài luồng sau 1975, hay là một nhóm nào khác?*

Cung Tích Biền: Tôi đã từng đứng xếp hàng chết mê dưới ánh sáng xã hội chủ nghĩa để chờ mua ba lạng thịt mừng xuân, đó là tiêu chuẩn cho toàn gia đình năm miệng ăn khi én bay ngoài trời; rồi đợi chờ mua vài ly bia hơi về cúng ông bà chiều 30 Tết. Tôi đã được phân loại rạch ròi trong lý lịch. Văn chương tôi cũng được dán nhãn hiệu từ khuya.

Cha tôi nếu còn sống bây chừ đã 116 tuổi, mẹ tôi qua đời đã trên 40 năm; vậy mà vừa rồi tôi bị chộp đầu trong đám biểu tình chống Trung Quốc, vô đồn công an quận 3, đường Trần Quý Cáp (sau 1975 đường này mang tên Võ Văn Tần). Lúc lập biên bản tra vấn, một đại úy công an, bộ chừng nhỏ tuổi hơn con trai tôi, anh cư xử với tôi khá nhã nhặn, lịch sự rất mực, *nhưng lại nằng nặc buộc tôi phải khai tên cha tên mẹ.*

Có cái đời tiên tổ Trưng Vương Triệu Ẩu nào mà bắt cái lão già 71 tuổi phải khai tên tộc cha mẹ mình trong cái biên bản *"Không thể nào phạm tội cũng đương nhiên mang tội."*

Ngày hôm sau, ra khỏi đồn công an, gặp lại bọn trẻ cùng đi biểu tình, tôi mới hiểu ra sự vụ là thế này. Khi đám sinh viên bị bắt vô đồn, thì công an giam đó, rồi tức tốc mời cha mẹ bọn sinh viên này lên đồn. Cha mẹ có nhiệm vụ dạy dỗ con, *"từ nay không được đi biểu tình",* nhận sai quấy rằng, *"chống Trung Quốc là điều không nên làm",* rồi bảo lãnh con về. Hứa, là không tái phạm.

May quá, nếu cha tôi còn sống, tội nghiệp ông phải chống gậy lên đồn công an bảo lãnh cho thằng con 71 tuổi. Rồi hai cha con, cộng lại gần hai trăm tuổi trời, cùng nhau... chống gậy ra về.

Sắp hàng, xếp dòng, phân loại, dán nhãn hiệu, kê khai... cái đời nó ác nhơn như rứa mà bây chừ bắt tôi đi xếp loại mình là dòng văn học nào thì cực quá đi quý nương ôi. Chết sướng hơn.

Đặng Thơ Thơ: *Thưa anh vâng, không cần xếp loại vì những xếp loại đều chung chung, thiếu sót hoặc giao thoa hay trùng lấp nhau. Nhưng mỗi người viết lớn đều mang một cá tính rất riêng và tự tạo cho họ một vị trí riêng trong văn học. Xin hỏi về thế đứng của văn chương Cung Tích Biền giữa nhiều dòng chảy.*

Có thể nhìn văn chương Cung Tích Biền như màn trình diễn của cặp song sinh Thừa-Dư (tên một truyện ngắn của anh sau 1975), người Bắc kể Nam, người Tả người Hữu, người mất chân trái người cụt chân phải, khi đứng ghép lại thì thành một hình hài có đủ hai chân? Tức là một tư thế văn chương thống nhất từ sự tật nguyền lịch sử?

Cung Tích Biền:

Trả lời ngắn: Đúng là như thế, nhưng xin đảo ngữ một chút.

Rằng là: *"Một tư thế văn chương thống nhất, trong trường hợp Tôi, là tái tạo từ nguyên trạng nát vỡ cho một Phục-sinh, được phiêu du thu nhặt lịch sử, từ tật nguyền ráp lại."*

Cứ như thế, anh chàng lao xao khuynh hữu thì gãy phăng cẳng trái. Cái cậu nhất tề cực tả thì trời lấy lại cái chân phải. Lúc ráp lại trên cái sân khấu đoàn tụ, lúc nước non thu về một mối, thì hai anh Dư-Thừa phải tựa vào nhau, vì cái ý thức "Chẳng Thể Thiếu Một."

Trả lời dài: Nếu người trả lời phỏng vấn có quyền "lạc đề" thì tôi xin lai rai lạc đề trong câu hỏi này.

1.

Khi văn chương hình dựng, biểu tỏ cái lịch sử tật nguyền thì trước tiên chính **văn chương cũng tự thân tật nguyền.**

Về hình thức, tật nguyền khi nó là công cụ. Về nội dung nó càng lưu lạc ý nghĩa, lẫn ý niệm, nó phiêu bồng hoặc sắt thép, đến bất khả tư nghị. *Bất cứ dưới điều động nào, bất cứ được hóa trang qua tà thuật sử dụng ngôn ngữ tinh vi nào, nó vẫn cứ là một Không-toàn-hảo.*

Vì sao? Vì chữ nghĩa hôm nay không tự thân độc lập. Nó xiêu ngã và được nhào nặn, tùy vào môi trường nó hiện thể. "Chữ", "Từ" không còn trọn vẹn ngữ nghĩa như những định nghĩa trong điển chế ban đầu. Nó tiến triển, hóa mình, không theo tiến trình tự nhiên và khách quan vì nhu cầu sử-dụng-mới. Mà "Nó" được/bị nhuộm màu vì cái "khuynh", cho ý đồ chính trị, cho nhu cầu của thực đơn thời thế. Nó bị điều động bởi con roi âm mưu, đôi khi vô hình.

Cho nên mỗi nhà văn, hoặc mỗi phương-gia-dùng-chữ, nơi mỗi giọt mực đã là một cái gì rất ngất ngưởng. Một rắp tâm phục tùng, nô bộc. Hoặc một phóng ngoại mang ý thức thoát vượt. Cái/phía/cách/ nào cũng đụng đầu một sự cắt tỉa đến khả nghi.

2.

Hãy nói rộng sự lạc để xem nào. Một ví dụ cái giá máu xương, cái từ "**đa nguyên**" chẳng hạn.

Nếu tôi sống ở Paris, Nữu Ước, tôi không bao giờ nghĩ tới cái từ đa nguyên. Nó bình thường như ta chẳng bao giờ nhắc tới việc ta có cái lỗ rốn trong người.

Nhưng ở nơi này đây, quê nhà Việt Nam luôn-luôn-thường-trực-ngày-ngày-đêm-đêm-nắng-mưa-mưa-nắng, triền-miên-miên-triền đã từ khuya khô kiệt cái văn hóa. Cái gì thiếu thì ưa kêu ca/nói ra, nên cái chữ "văn hóa", "đời sống văn hóa" "khu phố văn hóa" đã được thường trực trở thành nghìn nghìn khẩu hiệu đủ kích cỡ, lắm màu sắc, căng treo từ đầu lăng mộ tới hang cùng ngõ hẻm, từ cái cung "văn hóa lao động" đến cái xóm bình khang

Ngoài tính rỗng trống, hào nhoáng nói trên cái từ **đa nguyên**, nó vốn im lìm chỉ tốn một giọt mực in, nay đã khoác tính nhân xưng, đã trở thành một ông Thiện và một ông Ác.

Phía này, đa nguyên là một khát vọng tốt đẹp. Đằng kia, được xem là cái nọc độc, diễn biến hòa bình, cần phải thường trực với ý thức tiêu triệt.

Đúng vào một thời điểm, nếu có một cuộc phỏng vấn hai người đối đấu ý thức hệ chính trị, sẽ có chuyện lạ này.

Một Nhà đấu tranh cho tự do, dân chủ, nhân quyền sẽ phát biểu: *"Một chính thể đa nguyên, có đảng đối lập, là nguyện vọng tha thiết, chính đáng của mọi con người."*

Lúc đó, ông Nhà cộng sản, nhiệt liệt chủ trương độc đảng toàn trị, sẽ khẳng định: *"Đa nguyên là phá bĩnh, hủy hoại tình đoàn kết dân tộc, làm mất sự ổn định dưới sự lãnh đạo sáng suốt của đảng."*

Nhà văn đứng phía nào giữa hai mặt?

Hai mặt này luôn trực diện, đối kháng một mất một còn. Mà văn chương thì không thể "hai mặt". Vậy phải cắt bỏ đi một, như Dư-Thừa phải cắt bỏ một. *Không chỉ phải cắt bỏ một "phần văn chương" mà cắt "một cẳng của nhà văn".*

Một văn chương hoàn chỉnh chính là Một nạn nhân.

Một hoàn chỉnh văn chương là tật nguyền ráp lại.

Chúng ta không hề bắt buộc cái ký-hiệu, cái công-cụ-biểu-hiện, phải chịu trách nhiệm nội dung cái nó "biểu hiện là," cái nó "đang nói là." Nhưng trong tác phẩm của nhà văn, không những Chữ, mà cả cái ngoặc đơn, ngoặc kép, dấp chấm phẩy, cái ngang nối, vẫn mang thái độ của một phát biểu, cùng một chịu chung trách nhiệm.

Cái súng bắn máu, con dao đâm người, không thể nằm ngoài vụ án. Sau lưng tác phẩm, nhà văn (thậm chí) là vô danh, là không cần thiết nhắc tới. Nhưng/Vì, tác phẩm mới là cái Có Mặt. Mới là thường-trực-trả-lời.

Một thường-trực-đối-kháng, trong hoàn cảnh Việt Nam hôm nay, phải là một trung-thực-chịu-nạn.

Văn chương có thể huyền ảo, nhưng trách nhiệm của Nhà văn không hề là một hư ảo.

3.

Tôi xin lạc đường tiếp, về chuyện chữ nghĩa hôm nay. Vì sự thay đổi lập trường hay sự lập lờ đánh lận con đen. Nó ảnh hưởng gì tới cái Viết của nhà văn.

Thế nào là "**Nhất quán?**"

Hãy cho một ví dụ thời thế dung tục.

Thế này, một "người bỏ nước đi tìm tự do" trước đây chẳng bao lâu, chạy trối chết trên bãi lầy bờ biển vượt biên, công an tiếc hụi hụi vì chộp hụt một "thằng phản quốc." Mọi việc đã qua, bữa ni ông hải ngoại về, ông khệnh khạng đứng trên chót vót đầu lưỡi trân trọng của ngài Chủ tịch nước, vì chính ngài đã thật lòng nói trước quốc dân, đã thân ái thừa nhận rằng *"Cái ông đã từng vượi biên ngày xưa"* nay là *"khúc ruột nghìn dặm,"* là *"vốn quý của giống nòi".*

Thì hôm nay khúc ruột/non/già/trực tràng ngự trên máy Khúc Ruột về. Không cần nhãn hiệu búa liềm, chỉ cần Khúc mang bất cứ máy móc xe cộ gì có hình cờ Mỹ là Ta ngẩng cao đầu nhất trí tiếp thu. Chỉ cần Khúc trưng ra vô số cái hình ông Franklin trên tờ 100 đô la là đủ, không cần cầm ảnh Bác Hồ.

Nhưng nếu Khúc không mang về đô la, cái đem lại no đầy cho cái Bụng, mà cắc cớ mang về cái khác, cái có tư tưởng phục vụ cho Não, thì sao?

Giả dụ, truyền bá tư tưởng ở một cấp độ phổ thông, là *"Đòi hỏi Việt Nam phải có một thể chế chính trị mà mọi công dân phải được bình đẳng tham dự, bình đẳng trao đổi nguyện vọng, nhất thiết loại bỏ cái chính trị độc đảng cai ngục, nô tỳ nguyện vọng"*, thì thử hỏi, ngài khai-hóa-Não này có được trải thảm đón chào như ngài phục-vụ-Bụng kia không?

Hay Não vừa bước xuống khỏi cầu thang máy bay tại phi trường Tân Sơn Nhất thì tức khắc được lệnh trục xuất ra khỏi cái xứ sở thằng Cuội, chỉ một " khúc" đã dài đến dặm nghìn.

Văn chương, nếu muốn khỏi tật nguyền, thì nhà văn phải tự cưa cẳng như Dư-Thừa? Hay văn chương tự trọng thì nên "cưa phăng cái lưỡi của Ngài trót lếu láo phát ngôn?"

4.

Tôi ung dung lạc đề tiếp, về chuyện "Chữ nghĩa được dùng trên xứ thẳng cuội hôm nay":

Thế nào là **phản động**? Để bảo vệ "văn chương, tư tưởng" có những ông luôn dựng rào chắn chuồng trại cho kỹ lưỡng, cấm in tác phẩm tụi nó, đừng cho bọn nhà văn trước 1975 phản động hồi trào.

Lại có một vị vừa đây đã điện thoại từ Hà Nội, nhờ người đại diện trong Nam ân cần liên hệ với một nhà văn cũ, hiện tác phẩm của ông ta trước 1975 đang bị cấm lưu hành, xin một cái truyện cũ, viết từ thời Việt Nam Cộng Hòa, để đăng trên tờ báo chính thống, số Xuân *Văn nghệ* Trung ương (Hà Nội) ngay Tết 2008 này đây – truyện "Ngoại ô, Dĩ an và linh hồn Tôi".

Như thế, hai ông này, ai là người phản động? Ai là người bảo vệ đảng, gìn giữ giềng mối tới giọt nước miếng cuối cùng. Ai là người biết suy nghĩ tiến bộ: *"Nới rộng tầm nhìn, không gì bằng hãy Nhìn lại."*

5.

Lại thế nào là **yêu nước**?

Gần đây bọn Trung Quốc ngang ngược, đã gom Hoàng Sa từ lâu, nay muốn ầm luôn Trường

Sa. Tuổi trẻ Việt Nam xuống đường. Hà Nội – Sàigòn biểu tình chống đối. Đám biểu tình tóc xanh mắt sáng liền bị rượt đuổi, bị đánh đập, vây bắt ngay trên đường phố. Bị lần lượt tống vào đồn bót khảo tra, đứa tù, đứa bị đuổi học.

Vậy tuổi trẻ Việt Nam này yêu nước hay là phản động? *Hay chúng vừa yêu nước lại vừa phản động. Hay là ai **phản động** lúc này thì đích thị là người **yêu nước**. Hay là vì rất mực **yêu nước** nên tất yếu phải bị chính quyền điểm mặt mày là **phản động**.*

6.

Thế nào là **Ngụy**?

Sao lại phí phạm giống nòi, để lúc hiểu ra điều chân chính thì mới đảo ngược. Mỗi đảo-ngược là nhìn ra nghìn xương đen đã hóa linh trong đất Mẹ. Chúng ta có hai chân mà mỗi chân đi một ngả, trì kéo nhau, đến tật nguyền.

Một trận nội chiến triệu đau thương mả mồ, để diệt cho hết cái lực lượng "bán nước" mang tên Việt Nam Cộng Hòa. Để, hôm nay cái gì tác động nếu không là lương tri, là danh dự giống nòi, khi một bộ phận của tuổi trẻ Hà Nội đã ra tận bến Chương Dương sông Hồng – tháng Mười hai 2007 – lập bàn thờ, hướng về Hoàng Sa để tưởng niệm những chiến sĩ Hải quân Việt Nam Cộng

Hòa xưa kia (1974) đã tử chiến với bọn giặc biển Trung Cộng để dành lại đảo Việt Nam thân yêu.

Một đảng quang vinh nào một thuở đã rất mực "cờ in máu" để chống xâm lăng, đế quốc. Một đảng quang vinh nào hôm nay lặng câm, một cách lạ lùng và bí ẩn, một cách ấm ớ và hèn nhát, trước cuộc cướp nước trắng trợn của "Bọn địch thù thiên niên thù địch phương Bắc" mà từ Trưng-Triệu, Ngô Quyền, Trần Hưng Đạo, đến Lê Lợi Nguyễn Trãi, Nguyễn Huệ, tất cả đã cùng nhân dân tử chiến và quét sạch.

Những hiện thực hai mặt trên đây không thể không nằm cùng, trên bàn viết của nhà văn.

Những điều nhà nước Việt Nam cấm-nói-hôm-nay, không thể là muôn-đời-không-thể-nói-ra.

Nếu câm lặng trước những điều xấu xa, chúng ta bất đắc dĩ trở thành người-viễn-xứ rồi.

Văn chương sẽ ứng xử như thế nào để tìm ý nghĩa, chỗ trung thực của lịch sử? Những tế bào ngôn ngữ nào có thể cấu trúc nên tác phẩm, mà thoát khỏi khối u, di căn ung thư từ nguồn nghĩa, mà mỗi thế lực chính trị muốn áp đặt cho âm mưu lẫn quyền lợi của riêng họ.

7.

Trở lại cách đặt câu hỏi về văn chương tôi: *"Là một tư thế văn chương thống nhất từ sự tật nguyền lịch sử?"*

Chỉ có thể là như thế. Thống nhất từ một cái Nhìn riêng tôi. Cái nhìn tục lụy. Cái nhìn u hàn, linh đinh, kinh qua cái quê hương cháy đỏ những hình hài.

Tôi khiêm tường tự giải như thế này. *Trong văn chương tôi, lịch sử là gương soi, chỉ là không gian để thấy bóng mình. Lịch sử không là đối tượng nghiên cứu. Tôi không là sử gia. Tôi tự vấn trước gương soi. Nhờ lịch sử phản hồi để được thấy mình-là-một-người-khác. Hữu-vô vấn đáp. Giữa cái gọi là Mùi – có thật mà không Hình, và Bóng, có hình mà chẳng là Thật.*

Tôi lạnh lùng mang gương soi đến những ngã bảy ngã ba thời gian, vừa tối vừa trăng. Chỗ của dị thường nhật nguyệt, chỗ mà chính tôi từng sát na lướt trôi, tôi gặp hiển linh uất ức và tật nguyền. Tôi tái dựng, phục chế Tôi, một tâm sự biết quần quại và biết hát ca. Nên văn chương tôi là rất chủ quan, một chốn riêng, tận cùng ngẫu nghĩ – trong cái hạn hẹp chữ nghĩa, một đời thường trói buộc, và giữa một rộng lớn Chuồng Người.

Là người đang "diện bích", nhưng tôi không là chân nhân để trường niên "đối tường", Làm theo Bóng tôi bước xuống vô minh, tự bưng chiếc bình sành có in hình chiếc xương cụt, trong "Xứ động vật màu huyết dụ", đi lang thang đó đây tháng ngày tìm người hốt hài cốt cho mình.

Bóng và Bình,

giọt máu không màu,

giọt mưa không suốt,

máu là mưa,

máu trong vắt hạt mưa,

thế sự vẫn tật nguyền.

Những nhân vật của tôi, sao đã Dư mà còn Thừa? Gọi, Thừa-Dư sao mỗi bên đi tong một cái cẳng giò? Tả, hữu, trên, dưới, trong, ngoài của Thừa-Dư này là một Rỗng Trống. Chờ giải mã. Không phải chờ lấp đầy.

Nhưng lịch sử tật nguyền có thể chờ một Ngày-Mai. Thế hệ này có thể nối tiếp thế hệ khác, với một khả-năng-việt-nam vừa kỳ diệu vừa mù tối, vừa khắc khoải đến nồng cháy lại chừng như đầu hàng, là để *mỏi mòn chịu đựng, và mòn mỏi chờ mong.*

Cho cùng, tật nguyền? Có chi là đáng sợ. Cái đáng sợ là mãi chịu chia ly trong tật nguyền. Mãi

mãi ù lì, sống như Ông, nhân danh Ông, để giam ngục danh dự con người.

Đặng Thơ Thơ: *Vẫn trong "Thừa Dư", anh viết, "Lịch sử từ lâu nhường bước cho một đám sinh vật bốn chân thủng thỉnh đi qua".*

Trong hành trình sáng tác ngót 40 năm, anh đi từ "Bạch hóa" qua "Thằng Bắt Quỷ" đến "Xứ động vật" và "Cõi toàn chuồng". Những ẩn ngữ, những phúng dụ, những hàm ý anh sử dụng để xây dựng và làm nền tảng cho tác phẩm là ám chỉ tiến trình lịch sử trên đất nước hiện nay, một hành trình đi từ cõi người về kiếp thú, một định mệnh đau đớn về sự sa đọa nhân cách xuống hàng thú tính. Có người cho rằng anh đã cực đoan trong cách viết và bi kịch hóa quá mức những vấn đề xã hội. Có người nghĩ rằng anh đã tự tra vấn chính mình bằng những bi kịch quốc gia đậm tính thời sự và đẩy tác phẩm lên tầm vóc thế giới bằng cách vận dụng ngôn ngữ điêu luyện. Anh nghĩ về cả hai cách nhìn này ra sao?

Cung Tích Biền:

Trả lời ngắn: Hai cách nhìn trên là đa diện. Mở nguồn hai nhận định có vẻ "phủ nhận nhau", nhưng theo tôi, chẳng mâu thuẫn gì nhau. Không hề ngược chiều.

Cực đoan là kích hoạt nghệ thuật đi đến tận cùng Nghệ thuật. Đẩy tác phẩm lên tầm vóc nó cần có. Vị nhân sinh hay vị nghệ thuật, văn chương vốn cần sự chân thật, rót lòng vì điều Cần Nói, Phải Nói. Không có cái cách mưu lợi.

Cho rằng tôi "bi kịch hóa quá mức những vấn đề xã hội" thì oan cho tôi. Tôi là kẻ bất tài trong diễn đạt để tỏ bày cho cạn nguồn bi kịch nơi này. Dù ngôn ngữ điêu luyện bậc thánh, phù chú đến tận đỉnh, cũng không nói hết được *"cái thân phận dưới đáy thân phận"* của đồng bào Việt Nam tôi - đã qua và hôm nay – có thể còn rất lung, một lưu đày trong Mai-Mốt. (Tôi không hề định giá cái nhà lầu chiếc xe hơi, những tiệc rượu sum vầy là tiêu chuẩn hạnh phúc).

Những số phận nơi này – đang là xác xương yên nằm trong đất Mẹ, hay là đám đông nhân quần đang thịt-chạy-thây-đi, xét qua lăng kính lịch đại nào, nó vẫn/đều là thực cảnh của những nhân phận dưới đáy.

Với thực trạng này, tôi không hề hư cấu, miêu tả một con chuột chết thành một con voi thiêng đẫm máu.

Không hề. Tôi chỉ viết lại một phần những gì từng xảy ra. Tôi cầm bút nhưng bất lực, chỉ "nói ra" được một phần hiện thực. Giả như nói về con voi trong xứ Lạc Hồng, tôi chỉ mới nhìn ngắm chỗ mỗi cặp ngà trắng, nứt rạn những đường vân dĩ vãng của đau thương kia; bây giờ nó đang là món hàng mỹ thuật trang trí chỗ tuyên ngôn, của bọn ăn mày dĩ vãng, nơi đại sảnh của triều đình.

Những phần còn lại của con-voi-thiêng-đẫm-máu trong tiếng trống trận kia, chỗ sử lịch chênh vênh bi tráng kia, hãy chờ những thiên tài trong tương lai văn chương Việt Nam viết tiếp.

Tôi xin cúi đầu mong đợi.

Trả lời dài:

1.

"Thiên sinh vạn vật duy nhân ư tối linh", trong câu nói này đã phần nào thừa nhận Người-cũng-một-phần-vật.

Nhưng tôi xin nói rõ, dù bị mất dấu một phần quê hương, bị cắt cụt một phận người, thường trực chìm đắm trong thảm đất, tôi không hề thù hận giống nòi tôi. Tôi không hề miệt thị quê hương, cái *"Tổng thể thân yêu"* này là súc vật.

Tôi chỉ nói đến cái phần kiếp sa đọa của lịch sử, cái suy đồi triền miên trong ý thức hệ của xã hội con người.

Tôi nói sự phá sản khủng khiếp từ một nền giáo dục lừa đảo, phỉ báng lương tri đạo lý, bôi đen tinh hoa tuổi trẻ. Tôi nói cái chính sách ngu dân nó mãi tàn phá còn độc hại hơn cả sự tàn phá của bom đạn trong bao năm chinh chiến.

Nó độc ác và tinh vi đến độ hôm nay khó thể nhận diện. Nó vô hình như hơi thở. Nó ở ngay trong mỗi con người không thể vắng nửa giây đồng hồ cái tâm linh hóa thú

2.

Nếu chúng ta mắng người là súc vật, thì là ta đã xúc phạm con vật. Cỏ cây, suối nguồn nào phụ ai. Chỉ con người mới làm vạn vật úa màu. Lá cải, quả dưa, hãy còn là thức nuôi người.

Tôi xin kể một chuyện nhỏ, có thật trong ngay nhà tôi, mà có thể nhà ai cũng có, có thể ai cũng gặp trong đời. Để nghiệm ra rằng, nếu chúng ta mắng người là súc vật, thì sai lầm. Là xúc phạm con vật.

Con chó Bi nhà tôi nó già, hình như nó ung thư gan lâu ngày. Nó nằm liệt, bụng phình dần ra. Rồi qua đời hôm 27 tết Ất Dậu – 2005, khi đài khí tượng báo tin khí hậu Sapa tuyết rơi dày.

Đêm cuối cùng Bi gượng dậy, nó bước ra vườn, nó đi quanh quanh, như nhìn lần cuối những vì sao, cái bầu trời mà nó không được may mắn làm người.

Lúc trời rưng rưng sáng Bi vào nhà, nằm quay đầu về chỗ tôi ngồi đọc sách. Bi mệt và thở dốc, muốn

trút hơi. Vợ tôi thấy cuộc tạ từ của con chó già thân thương – mà hằng ngày bà chăm sóc cho nó từng viên thuốc, chén cháo, từng bồng ẵm tắm rửa cho nó – sao mà nó thở hắt ra lâu lâu quá, buồn quá. Vợ tôi bảo tôi:

"Anh dỗ dành Bi một cái đi anh. Nó tội quá."

Tôi ngồi xuống, bế Bi lên, ôm Bi vào lòng. Người nó lạnh toát, có thoảng một mùi hơi của bệnh. Tôi vuốt ngực, nó thở liên hồi. Cần cổ Bi ức giựt, chừng như hơi hắt ra thì nhiều mà lực hít vào không còn nữa. Tôi an ủi:

"Thôi Bi đi đi Bi ơi, thôi con thong dong Bi ơi."

Rất lạ lùng, sau câu an ủi của tôi, Bi mềm người và tắt thở, nhẹ nhàng từ biệt. Nhưng rất lâu đôi mắt nó vẫn mở, vẫn nhìn mơ hoặc, như chính cái kiếp trước nó là một con người, đến ngay giờ đây nó mới ngắc ngoải trong kiếp Bi.

Thấy hai con mắt Bi mở hoài, như mong đợi một sự gì nữa ở tôi. Tôi rùng mình. Lại tự nghĩ: "Hay là mình cũng hòa mình trong cái chết của Bi đây." *Tôi bảo vợ tôi:*

"Em vuốt mắt cho Bi một cái đi."

Vợ tôi ôm Bi và vuốt mặt. Chao ôi, như một con người chờ đợi một kẻ thân yêu đang phiêu bạt đâu đó, phải quay về vuốt mặt mới chịu vĩnh viễn Ra Đi.

Bi từ từ nhắm mắt. Nắng cuối đông vàng tênh. Ở phương Bắc, Thăng Long lạnh như trời sắp xuống tuyết.

3.

Thông thường văn chương nghệ thuật, là "nhân cách hóa con vật," chứ chẳng thể "súc vật hóa con người."

Nhưng lịch sử can qua, súng đạn cuộc nội chiến, cũng như thù nghịch tư tưởng, đã bỏ lại những bích họa rùng rợn trên bức tường thời gian, cùng những phẩm vật giống nòi tàn phế nơi này, mà khi nhìn lại, đây không hề mang dấu-vết-con-người.

Đâu phải vì cuộc nội chiến tương tàn mới trực chỉ giết nhau, mới cực chẳng đã băm vằm ruột thịt. Mà hôm qua đây. Nào tôi có bi kịch hóa. Đã có nghìn đau thương hóa dạng, ngày ngày tin tràn trên mặt báo, trên đất nước chúng ta.

Một người mẹ, trong cơn bi phẫn, đã đánh đứa con trai năm tuổi yêu quý của mình bằng bất cứ gì có thể gây máu, ngay trong nhà. Chị chụp nồi cơm điện, chày đâm tiêu, tấm thớt đang bằm rau, vơ được gì thì dùng cái đó phạng vào đầu cùng thân thể đã đầy máu me của đứa bé chưa hề biết tự vệ.

Phải chi chị có cây súng. Chỉ nhả phăng một loạt đạn. Chị vừa mau hả cơn giận. Mà thằng con bé bỏng bớt đau đớn hơn.

Đánh đến khi đứa con bé bỏng nát nhừ ra, gục chết người mẹ vẫn còn la hét muốn băm vằm cả cái không gian chật chội, ửa màu khổ đau. Chị quẩn trí lắm. Chị cô đơn một mình nuôi con. Chị túng thiếu cùng cực. Chị có cái gì để "đánh trả" thay cho sự trả thù lên chính một phần định mệnh của mình?

Giữa cái thành phố Sàigòn ồn ào mà trơ trẽn này, không có gì cả quanh đây để chị đánh trả. Tất cả đã trở thành vô hình. Chị nhìn quanh đây nhà cao cửa rộng, đường phố ngập nghìn xe, nắng vẫn tươi và đời vẫn những đời. Nhưng rất đỗi vô hình. Chị biết là mình thù cuộc đời, nhưng không nhìn ra kẻ thù nào, ngoài thằng bé con ngây thơ chưa biết trá hình, ngụy trang con thú độc ác của xã hội vây quanh.

Con thú to lớn này đang ẩn mình, mượt mà, dưới những chiêu bài, khẩu hiệu, những lời ru. Cái kiểu anh nài nằm trong chiếc võng treo dưới lòng bụng con voi đi quyến rũ voi cho quyền lợi của chủ nài. Từ xa, tưởng là tiếng sáo của đoàn lữ nhạc du dương.

Con thú tội lỗi, nơi này, đã và đang mặc long bào.

Sống cách nào cũng là Trong-bóng-thú bao-trùm

4.

Trở lại câu Đặng Thơ Thơ hỏi: *"Có người cho rằng anh đã cực đoan trong cách viết và bi kịch hóa quá mức những vấn đề xã hội?"*

Thì đây, rõ là văn chương không thể là một con tắc kè, hóa màu tùy môi trường, đổi đỏ thay xanh, cho phù hợp chính sách, đường lối. Cho an toàn cái vị trí nương nhờ, đầu hàng, trú ẩn. Hoặc hạ "đô" một chút cho có sắc màu văn dĩ tải đạo. Hoặc khơi khơi ba phải để giữ cái màng trinh "vị nghệ thuật" trước tên Mã Giám Sinh thời cuộc.

Văn chương tôi là **văn chương kinh nguyệt.** Một loại MÁU ĐI RA TỪ CƠ THỂ MẸ. Nhờ nó, Mẹ tôi rửa sạch buồng trứng, và đón chào tình ái – cũng có thể là chấp nhận một bất đắc – trước khi thụ thai. Để tôi vào đời. Để, tùy nhân phận, tôi nhận thêm một loại máu oan khiên, hoặc tinh khôi khác, từ Cõi-Người.

Tôi nghìn kiếp thọ ơn Mẹ.

Máu [Chữ] kinh và nguyệt này luôn trôi đi, không đóng cục [đông máu] như máu từ những vết thương khác trên cơ thể người.

Như nhà văn, Chữ không thể tù đọng/đông lại, một đời nữ máu này không thể nào không chảy ra. *Khi không còn lực chảy là đời-đóng-cửa, cái tòa Cổ-hoa-tỏa-lộng sắc màu của giai nhân "tắt thở".*

Chính vì chỗ này mà Trời Đất cho nó dừng ngay dòng chảy khi Người Nữ không còn xuân xanh, không còn buồng trứng hớn hở rói tươi để đón nhận. Nghĩa là văn chương khi còn Đẹp [lý tưởng] thì chữ nghĩa còn lưu chảy. Không thể đóng cục [đầu hàng] dù nhà văn đang là thương tích.

Nó tuyệt giống cách cư xử của mặt trăng. Khi mặt trăng còn tuổi đẻ con, thì suối nguồn hãy còn báo động thời gian định kỳ **Nguyệt và Kinh. Mãn Kinh là thôi Nguyệt.** Từ nay người Nữ chỉ nhớ tháng-trong-đời chẳng còn nhớ-ngày-trong-tháng.

Người nữ với giọt máu, nhà văn với giọt mực, khác chi.

Rán mà có kinh nguyệt thì không được, cũng như rán mà rặn chữ nghĩa ra phục vụ thì không xong. Nên êm đềm với cái Cần-thiết-phải-Chấm Dứt.

Văn chương kinh nguyệt là thứ văn chương cam uất, hóa mình tẩy rửa, để sau đó cưu mang tinh hoa truyền đời qua trứng. Ấy, lại bảo tôi thánh hóa cả uyên nguyên suối nguồn cái Lỗ mang tính Mẹ / Huyền tẫn.

5.

Lặp lại câu Đặng Thơ Thơ hỏi: *"Có người nghĩ rằng anh đã tự tra vấn chính mình bằng những bi kịch quốc gia đậm tính thời sự và đẩy tác phẩm lên tầm vóc thế giới bằng cách vận dụng ngôn ngữ điêu luyện. Anh nghĩ về cả hai cách nhìn này ra sao?"*

Tôi đang trong mùa bão lũ. Sức điên cuồng gió và vực nước xoáy có thể nhận chìm bất cứ gì. Tránh cái trung tâm vòng xoáy ở hạ lưu, tôi nhảy về phía thượng lưu thì nước cũng trả tôi về vực xoáy nơi hạ lưu. Trong hai tình huống cách nào tôi cũng là *Kẻ bị cuốn tròn trong vòng xoáy*. Đó chính là sức hút lịch sử, của tra vấn định mệnh.

6.

Chúng ta đứng nơi đâu trong cái thế sự vòng tròn? Lịch sử không có điều kiện đường thẳng. *Lịch sử dân tộc tôi, là luôn quay lại với sự hối lỗi.* Kéo lùi thời gian, làm trì trệ, thui chột tháng ngày, vì nó luôn cố quay đầu lại.

Cuộc nội chiến vừa qua đã bày lộ cái sai lầm, tội lỗi không gì có thể rửa sạch. *Đó là cái chính sách phi nhân, dùng cả máu xương triệu người để tàn phá, hủy diệt một xã hội văn minh hơn mình, hoàn chỉnh hơn mình, lương thiện hơn mình, để rồi sau đó, tập tành Làm Lại.*

Mỗi một lần **Phá đi làm lại** là kéo trì, tốn phí năm mươi năm thí điểm trên sự sống còn của lương dân. Tôi nói chí ít là năm mươi năm. Nửa thế kỷ cả một nhân loại đi tới hạnh phúc tiến bộ, thì nơi này **tuổi trẻ bị bần cùng hóa trí tuệ, tài năng bị tinh vi triệt hạ,** con người bị xài phí – từ nhân phẩm tới xác xương – như nguyên liệu đốt đèn, như một bầy chuột bạch trong thử nghiệm. Chỉ được tiêm chích vi trùng vi khuẩn để tìm bệnh.

Chúng ta là những hình nhân trong cái lồng đèn kéo quân. Cũng áo mão ngựa xe lọng kiệu lính hầu, nhưng chạy vòng tròn. Quanh quẩn cái sức hút của ngọn lửa Đốt Đèn trung tâm. Chúng ta là cái phi lý, cái ức chế, mâu thuẫn, giữa lực hút vào, và cái ý thức ly tâm. Vì thế sự thoát vượt luôn chạy vòng, đương đầu, rồi về chốn cũ. Lại tên lính kéo quân theo vòng.

Thế hệ chúng tôi là những sinh vật được hiến tế, để phù thủy nấu cao. Bầy quỷ đóng gói, bao bì. Chúng tôi, tôi chẳng hạn, tôi chỉ Sống từng phần. Một phần khác bỏ lại. Hoặc chỉ rặt tồn tại trong một giấc mơ điêu tàn...

Kỳ II.
Tân truyện *Xứ động vật*[1]

Đặng Thơ Thơ: *Xin anh định nghĩa thế nào là "tân truyện"? Đây là một cách dùng chữ mới, một thể loại mới, một hình thức diễn đạt mới khả dĩ chuyển tải chủ đề tư tưởng của truyện?*

Cung Tích Biền: Cái từ "tân truyện" đã được dùng trước 1975 trong sinh hoạt văn học Miền Nam.

Năm 1969 khi phát hành tác phẩm *Ai tỉnh ai điên*, tôi đã dùng từ "tân truyện" cho tác phẩm.

---

[1] *Xứ động vật* gồm 5 (năm) tân truyện. Trừ "Mùi của gió mùa", mỗi tân truyện kia gồm nhiều tiểu truyện, cả thảy là 20. Mỗi tiểu truyện đứng độc lập có thể xem như một truyện ngắn.

- Tân truyện "Một phần khí hậu" gồm 3 tiểu truyện: (1) "Mùa da cam"; (2) "Vườn Hồng chuyên"; và (3) "Hóa vàng cho Hồng chuyên".

- Tân truyện "Xứ động vật mưa hồng" gồm 8 tiểu truyện:

(1) "Mưa cô hồn trên Xứ toàn chuồng"; (2) "Bên này Núi sơ sinh"; (3) "Dấu ấn khi lên tám"; (4) "Còn một sự thật bên kia bờ"; (5) "Những bọc"; (6) "Một ngày trên quê hương toàn chuồng"; (7) "Rừng máu"; và (8) "Bọc ngoài đắp mặt xác trong".

- Tân truyện "Xứ động vật vào ngôi" gồm 6 tiểu truyện: (1) "Chuồng trại mùa xuân"; (2) "Mùa huyết"; (3) "Hành trình minh triết"; (4) "Giá treo người"; (5) "Hiệu ứng"; và (6) "Nàng vô bao".

- Tân truyện "Xứ động vật màu huyết dụ" gồm 3 tiểu truyện: (1) "Bóng"; (2) "Làng và sông"; và (3) "Xương thạch tín". (Ghi chú của người trả lời phỏng vấn)

Không rõ các nhà văn định nghĩa từ này như thế nào. Tôi dùng từ "tân truyện" với một nghĩa tương đối khác. Có thể cho là gượng ép, thì tùy.

Trong *Xứ động vật*, nội dung khá cay nghiệt, hình thức dựng truyện cũng có nhiều cái mới.

Trong Hán tự có nhiều chữ "tân", viết khác nhau, mang mỗi nghĩa rất khác nhau. Trong đó có **tân** là mới, và **tân** là cay - đi với cay đắng/ tân khổ, cay chua/tân toan. Tôi tạm mượn hai từ "tân" [Hán] gộp một, để hàm nghĩa chỉ một tên gọi – đồng âm Việt. *Cay* trong nội dung. Và *mới* trong bố cục, cấu trúc, dụng ngữ, diễn đạt, xử lý văn cảnh. Có thể gọi bi ký, hài văn, truyện kỳ, tôi nghĩ cũng có thể dùng "tân truyện" cho *Xứ động vật*.

Đặng Thơ Thơ: *Những tân truyện trong tập* Xứ động vật *liên quan với nhau thế nào về nội dung và hình thức? Có thể coi* tân truyện Xứ động vật *như một tập truyện cùng bối cảnh, hay một tiểu thuyết với một chủ đề xuyên suốt qua những nhân vật khác nhau? Hình thức và nội dung tân truyện có phải là một liên kết mang tính thịt-xương hay hình-bóng?*

Cung Tích Biền: Nhất quán trong nội dung. Đa hình thức trong bố cục, cấu trúc. Có thể xem tân truyện *Xứ động vật* là một tiểu thuyết phi tiểu thuyết. Rất đảo lộn trình tự, mỗi nhân vật mang tính đa diện, đồng hiện, biệt hiện, dịch biến, rồi tái hiện dưới một nhân phận, một mệnh kiếp khác, trong một chuyển luân. Nhưng tất cả, dù trình tự nào, cũng dung rủi trong một chủ đề xuyên suốt: *"Từ thỉ đến chung, được cảnh báo từ Bóng."*

Tất cả vật dụng, hình ảnh, cả phong cảnh, có mặt trong tân truyện, mang tính "biểu hiện", hoặc tạo "ấn tượng" hoặc chỉ là "cái cớ" cho một ẩn dụ, ẩn ngữ. Lại là không gian phảng phất cho Bóng siêu hình.

Đặng Thơ Thơ: *Mô típ chủ đạo trong các tân truyện để nối kết toàn tập là gì? Có phải các nhân vật tái hiện dưới nhiều dạng trong nhiều bối cảnh nhưng cùng chung một định mệnh hôn ám? Hay những ẩn dụ luân phiên đồng hiện và tái hiện mới là mô típ chính? Sự phát triển những tân truyện này xảy ra thế nào?*

Cung Tích Biền: Tôi xin được phân tích một cách tương đối về mặt nội dung và cấu trúc tiêu biểu của từng truyện và toàn truyện.

1.

Mỗi tân truyện trong *Xứ động vật*, được chia ra làm 4, 5, hoặc 7 cái tựa đề riêng biệt. mỗi phần này được xem như một *tiểu truyện* trong toàn tân truyện. Mỗi tiểu truyện lại có thể đứng độc lập như một truyện ngắn.

Riêng truyện mở đầu cho tác phẩm là "Mùi của gió mùa", viết ngắn (1.579 chữ) được xem như một mở/ tuyên ngôn.

Khơi hoạt mọi nguồn cơn từ *Mùi* – là, *"Một cục gạch được bọn trẻ vỡ vào đầu cụ Gàn già"*, biểu trưng nội hàm của một Hệ thống – cái là nền tảng tưởng muôn năm đạo lý nay đầy tội ác và đang nát vỡ. Trong ấy, cục gạch thấm máu là thần tượng đang được phụng thờ. Là khởi đầu của mùi lịch sử, của gió máu, là hiện trường điêu linh, trung tâm Hệ thống Động vật.

Xét về mặt "bệnh sử" của dân tộc *Cục gạch vỡ máu* này đã có thể được đặt định từ đâu đó, có thể từ 1930, đúng bảy thập kỷ trước, tính từ năm 2000, rất sâu và xa trong dĩ vãng giống nòi. Nay "Nó" còn được thờ trong lăng tẩm [lẫn lăng mạ]. Đó là cái dấu ấn của định mệnh chung, khởi nguồn cơn cho biết bao rầu rĩ trong máu cổ lai, trong cái thế sự gọi rằng sử lịch Việt Nam.

Từ đấy, xã hội Việt Nam luôn triền miên trải qua và khó bề chấm dứt cái tình thế con cháu xem thường cha ông. *"Nơi này, Quá khứ luôn là cái đáng phỉ nhổ, nguyền rủa, rất đỗi thù hận. Và, cái gọi rằng Tương lai luôn muốn triệt phá, phủ nhận, đánh xóa, và kết tội, để treo cổ Cái được gọi rằng Hôm-Nay."*

Mới nghe ra, chừng đây là một dấu hiệu tiến bộ, một tiến trình luôn đổi mới, *"con hơn cha nhà có phúc".* Một nhịp bước lịch sử mà những thế hệ sau luôn luôn chuyển động, xét lại, để tìm con-lộ-mới cho sinh mệnh riêng, mỗi nhu cầu thế hệ.

Không phải, và không hề như thế. Sự đoạn tuyệt quá khứ ở đây luôn đính kèm sự thù hận cha ông. Con cháu không mấy tin vào tương lai trong xã hội chúng ta, vì cho rằng cha ông đã âm mưu bày biện một trường niên rủi ro.

Tình thế này tỏ rõ một u bướu ác tính là, chúng ta tự đánh mất tính kế thừa. Một dân tộc mà mỗi thế hệ có riêng một mối thù tử sinh với tiền nhân là một dân tộc sa đà hố thẳm. Đây là thảm trạng vì mỗi đổi đời, mỗi đổi màu cờ, là phải sử dụng máu để trừ khử những tàn tích quá khứ. Tuổi trẻ hôm nay cứ hăm hăm muốn thay đổi màu cờ.

2.

Tôi xin nói thêm về tân truyện *Xứ động vật* theo đòi hỏi của câu phỏng vấn.

Sau "Mùi của gió mùa", là "Một phần khí hậu", "Xứ động vật vào ngôi"... là trình tự biến thể, diễn dịch dòng chảy, vào giờ phán quyết. Dòng chảy này không hề để rửa-sạch tội lỗi mà từ đây hủy-hoại-lan-dần. Hủy hoại không gian nhân văn, và làm mất, bôi đen nội dung đích thực của lịch sử.

Truyện "Xứ động vật mưa hồng", nói về cuộc phân ly của hai anh em song sinh chiều 30.4. 1975 tại Miền Nam, đúng hơn là tại Sàigòn.

Về sau, một em là kẻ khờ ngây trên đất Việt và em kia trở thành một công dân Mỹ. Hai anh em sinh đôi chưa đầy một năm tuổi lúc cha mẹ đưa đi chạy nạn – tháng Tư một chín bảy lăm – được bọc trong hai cái bọc gấm, thêu hình rồng y chang nhau. Lúc thành niên, một còn một mất, kẻ sống đã dùng cái bọc gấm đắp mặt cho kẻ chết – bị đập dập óc chết tốt giữa đường phố Sàigòn.

Từ lúc tám tuổi, trong một đêm trăng về sáng, Tảo – đứa trẻ khờ ngây trên xứ Việt – đã từng chứng kiến một đại úy Việt Nam Cộng Hòa bị bà con trong xóm làng C xét xử, bằng cách hạ nhục, xỉ vả: *"Mày là thú, con thú"*. Và, đám đông "nhân danh thú" này đã liên tục nhau gây cực hình với viên đại úy, đánh ông ta đến máu me, nát tan trên nền đất trăng về sáng. Về sau, Tảo bị ám ảnh, đi giữa đất trời Việt Nam cậu luôn nghĩ rằng ai cũng có thể là *"Con thú trong bầy thú."*

Rõ ràng Tảo không mắng ai là thú cả. Đây chỉ là tiếng hô hoán đi ra từ ác mộng. Cậu là một nạn nhân, mang những mơ hoang trong ám-ảnh-thú vào đời thường, một đời thường của đứa bé vừa tuổi lớn. Tảo đã bị hóa đen tuổi thơ, dưới cái nền trăng quê nhà đẫm máu người.

"A lố nơi đây có bầy thú" – Tảo thường gọi cho công an – là lời mơ hoặc trong thinh không, là thức giấc từ một cõi vô thức – mà có thể hằng bao tuổi trẻ Việt Nam đã cưu mang ác mộng, ám ảnh như Tảo. Dù màu sắc vô thức lẫn tiềm thức có bề khác nhau nhưng những tuổi thơ này đã cùng đứng chung trong một cõi Toàn Chuồng bao la hình chất thú.

Truyện "Thừa Dư" nói về cuộc phân ly giữa hai anh em sinh đôi trong cuộc nội chiến 1954–1975. Hai anh em vừa trưởng thành đã chia tay nhau, kẻ Bắc người Nam, từ cuộc chia đôi đất nước.

Khi hòa bình, hai con người thuộc hai bên tả hữu, hai "tặng phẩm từ lý tưởng tàn tật" này đã quay về với mỗi người một thân thể không toàn vẹn. Họ cô đơn, hiểu ra không còn gì tha thiết hơn là cùng nhau trùng tu ngôi nhà thờ từ lâu đổ nát. Và, mỗi người một cẳng chân, ráp lại thành một con người đủ hai chân, trên cái sân khấu liên hoan hôm khánh thành nhà thờ Họ.

Đây là tất yếu của lương tri cùng ý thức: *"Tật nguyền lịch sử phải được tự nguyện mỗi bên ráp lại".* Và chỉ ráp lại, tái định trên cái sân khấu nghệ thuật đêm liên hoan – nghĩa là hiện tình còn đong đưa trên cái hy vọng Chờ – trong một cái nhà thờ truyền thống nhàu nát vỡ tan, vừa mới được sơn phết lại chiều qua.

3.

Truyện cuối là "Xứ động vật màu huyết dụ", là một "đóng/ kết" cho tân truyện *Xứ động vật*.

Cụ Gàn già minh triết ở đầu sách – "Mùi của gió mùa" – bị bọn trẻ, tương lai động vật, giết bằng cục gạch của hệ thống thấm máu, là một kéo mở màn cho tuồng đời sắp diễn ra.

Lão Kiên già trong "Xứ động vật màu huyết dụ", truyện cuối sách, đi làm lịch sử bao năm dật dờ cơn lý tưởng – bỏ biệt gia đình, cha con không hề biết mặt nhau, khi gặp lại người con gái của lão gọi cha mình là Bác. Lão quay về sau trời ác mộng, ngồi trong huyệt mộ liếm xương tàn của vợ trên đồi quê hương. Lão Kiên tự nguyện ra đi từ chỗ ngã ba đường hơn bốn mươi năm trước, nay quay về cố quận, Kiên là người kéo hạ màn.

Kết tân truyện, là giải mây đen hình đàn bà – Bóng – đầu núi Trường Sơn ám ảnh lão Kiên nay được giải kiếp. Bóng đã thành đóa hoa ngũ sắc chuyển luân trong trời đất nhiệm màu.

Hài cốt Bóng được người thiếu nữ mang đi, ra đi biệt xứ. Nhưng một phần hình hài, cái xương cụt ở lại nơi này.

Lịch sử Việt Nam là cái xương tàn, không toàn vẹn trong lồng kính – hơn một lần lão Kiên tha thiết liếm xương tàn.

4.

Những lời trên đây là diễn giải trình tự câu chuyện, thể theo đòi hỏi từ câu phỏng vấn đặt ra. Không hề là giải mã những ẩn dụ. Cũng mong được hiểu, ngoài ẩn dụ, rất nhiều từ mà tôi dùng trong tân truyện, cùng như trong các sáng tác khác của tôi, là cách "chơi chữ" – nhan nhản từ ngữ, rất đa phương và trùng đáp như thế.

Tỉ như trong "Dị mộng" có nhân vật mang tên Cụ Lội – cái ông mà con cháu đã lập sinh phần cho ông thuở bảy mươi tuổi, nhưng ông sống mãi, để nhìn sự suy tàn của cháu con. "Lội" đây có thể là "Nội", ông nội – cách phát âm "*n*" thành "*l*" của một phần bà con vùng Bắc Bộ.

Và một lối giải khác, bởi nếu ai là con cháu tộc Trần ở miền Trung, thì hầu như trong đa phần gia phả, đều có các ông cao tổ cao tông có tên là Trần Lặn và Trần Lội – có thể, bị bọn nhà Hồ cướp ngôi nhà Trần, đã chơi khăm nên con cháu vua Trần, hoặc ai mang họ này, đều bôn ba chịu nạn, phải lặn lội vào phương Nam tìm đất hứa chăng.

5.

Mô típ ư? Là cái nguyên do, là hà cớ? Là mẫu đồ hình định? Hay nguồn cơn khởi dựng? Là những chuyến luân nối kết sự vụ? Cái dây xích tóm gọn chi tiết lại trong một rọ bố cục? Hay cái khóa hoẳng vi mở đóng những mật ngôn, dụ ngữ? Hay chỉ là trơn lu mặt bằng trang trải nội dung biểu hiện qua Chữ?

Thế này, lịch sử là suối nguồn. Con người, xã hội con người – đương nhiên chỉ là quan điểm chủ quan trong sáng tác của tôi – là diễn dịch dòng chảy. Cuộc diễn dịch này thường trực mở ra định mệnh, hay ít ra cái tạm [được] gọi là định mệnh.

Như trên tôi đã nói, dòng-chảy này không để rửa-sạch mà đẫm màu một hủy hoại-lan-dần. Đây chính là sợi dây chủ đạo xuyên nối. Mô-típ hình tượng. Đẩy ra cõi vô bờ những thân phận lêu lổng xác phàm, xiêu ngã tâm linh.

Trong khí hậu động vật hôm nay, ta luôn nghe một thứ âm vang hăm dọa, cưỡng bức mà ta chẳng thể định hướng nó từ đâu tới. Nó rợn người, đau nhức, như từ cái giá treo cổ vọng lại. Như tổ tiên từng treo cổ.

Đặng Thơ Thơ: *Thưa anh, có thể "Mùi" và "Huyết", "Xác" và "Xương Tàn" là những thứ bao trùm và tạo nên không khí truyện, cũng là những nhân vật chính trừu tượng của truyện?*

Cung Tích Biền: Vâng, tất cả là những nhân vật trừu tượng, mang tính siêu hình, nhưng tiêu biểu là Bóng. Mùi, Huyết, Xác. Xương, là xác của nền –

xem phần trả lời thêm ở một câu hỏi sau – cho những ẩn dụ luân phiên, đồng và tái hiện.

Xương, Xác, Huyết, Mùi là những quần thể hò reo làm huyền ảo Bóng.

Bóng có trong mỗi bước đi, mỗi bờ cây dừng lại, có trong hân hoan, trong mỗi thở dài của chúng ta.

Tôi nhắc lại một phần trong câu hỏi số 6 *"Sự phát triển của những tân truyện này xảy ra như thế nào?"* Thì đấy, mãi theo Bóng; lơ lửng, chảy trôi cùng Bóng. Nhờ Bóng mà rõ soi được hiện thực. Qua Bóng tôi lênh đênh cảm xúc và hóa mộng trong trang Viết.

*Viết là một cách cứu rỗi, cũng là cách tôi **an tử dần dà**. Đó là **Mệnh**.*

Đặng Thơ Thơ: *Trong "Xứ động vật vào ngôi", anh đã dựng lên một thế giới hiện thực huyền ảo đầy kinh dị khởi đi từ hiện thực xã hội chủ nghĩa, một hiện thực phi nhân dẫn đến sự mất trí, mà hành động giết người thân yêu lại là cách đề kháng cuối cùng để bảo vệ nhân tính cho nhau. Trong cương vị một nhà văn, anh chọn cách đề kháng nào?*

Cung Tích Biền:

Trả lời ngắn: Đề kháng với hệ chính trị đang khống chế? Với cái xã hội sa sầm, đâm mình xuống vực?

Tôi cũng mệt mỏi một đời. Đã từng cùng bè bạn sinh viên xuống đường chống độc tài 45 năm trước, thuở sinh viên tranh đấu 1963. Thời kháng chiến chống Pháp, vừa mười bảy đã buồn bã lặng ngắm cái bắt tay chia ly giữa những ruột thịt anh em, kẻ ở Nam người ra Bắc 1954. Rồi thời nội chiến, những đêm rượu buồn, rất âm thầm người lên núi, kẻ vào quân trường Thủ Đức. Xưa kia ngồi cùng bàn trong lớp học, nay không cùng phòng tuyến. Có thể, một sớm mai uống cà phê cùng bạn, hôm sau từ chiến trường bạn không trở về; chỉ cái nón sắt cùng tấm thẻ bài ghi tên tuổi số quân bạn trở về.

Bây giờ đồng-hồ-đời của riêng tôi đã điểm tiếng thứ 72, trong một ngày bình-minh-tận-hoàng-hôn chỉ có...100 giờ. Hai mươi tám giờ chiều còn lại của đời, thấy là nhiều, nhưng gom hết chỉ là bóng vàng sắp vào đêm, sự nồng nàn không bằng một giờ rực rỡ thuở thanh xuân.

Dẫu, *"nắng được thì cứ nắng"* nhưng tôi không thể, không còn lửa thiêng tham dự bằng hành động tích cực, để cùng cả dân tộc này giải quyết một "cuộc đổi cờ."

Vả, tôi là gì đây? Chỉ là một đứa con nhỏ bé, là một thường dân vô danh. Sự đề kháng của tôi, cũng chỉ là, một phản ứng nhỏ nhoi trong nghìn triệu phản ứng.

Thời thế, xã hội có gạt tôi ra, bỏ qua tôi bên lề đường, thì mọi nẻo đường đi về phía trước, vẫn là như thế.

Vậy để kháng với cái sinh mệnh phải đương-nhiên-chịu-lấy? Tôi cũng như nhân vật không có tên, đã ban phép-tử cho vợ trong "Xứ động vật vào ngôi". **Nhưng khác hơn một chút là tôi không có thẩm quyền "an tử" cho một ai, mà chỉ "an tử" chính mình.**

Một cách tiêu trầm dần dà, như cái cây vừa tạo cái lõi rắn chắc để đời bên trong, vừa hao gầy dần thân lá bên ngoài.

Trả lời dài:

1.

Người-giết-một-con-người trong trường hợp này – "Xứ động vật vào ngôi" – không hề là một kẻ mất trí. Chỉ có tôi, người cầm bút viết về cái thảm đất cắt đứt gân máu, phân mảnh hạnh phúc, phân bố nỗi đau ra từng bao tải cảnh báo cho khắp thế gian... Tôi, tôi mới là người mất trí.

Về mặt đạo đức, xã hội có thể lên án người đàn ông giết vợ trong "Xứ động vật vào ngôi" là kẻ sát nhân. Đưa ông ta ra tòa lãnh án tử, là hợp pháp. Không một ai cãi cọ phản đối. Tác giả cũng đã đưa ông ta "ra tòa lương tri", dù trong tiểu thuyết.

Nhưng xét về con người của Ông – nhân vật không có tên, chỉ gọi Ông – thì rất minh mẫn trong hành sự, sau cái ngày 30 tháng 4 ấy. Không thể gọi rằng mất trí, Ông chỉ có một cái lỗi lớn là khánh kiệt niềm tin trong bước đường cùng. Ông không nghe âm vang nhắc nhở từ Bóng: *"Chúng ta phải tha thứ những sai lầm của lịch sử."*

2.

Thơ Thơ hỏi: "Xứ động vật vào ngôi, *một thế giới hiện thực huyền ảo đầy kinh dị?"* Ừ nhỉ, nhưng cái chết của Nàng trong truyện là một kinh-dị-rất-thân-ái. Một cái chết đẹp, vì Nàng cao cả, bằng lòng chịu chết, như một cách tự-sát-thay-cho-người-thân-yêu.

Nàng không chết thì ai sẽ chết?

Nhưng Nàng là ai? Trong truyện Nàng cũng không có tên gọi. Cũng như chồng của mình, nhân vật Ông, kẻ giết Nàng, cũng không có tên. Có ai trong chúng ta mang hộ tên Ông? và ai trong chúng ta là Ông-giết-Nàng?

Nàng, kẻ không có tên kia mà. Là những biểu tượng bát ngát, những nỗi chết mênh mông. Là đau thương bầm Mùi và Máu giống nòi, đến nay, đã không biên cương. Những Xác, Xương oan đau, được gây ra không thể nào nhặt hết, không thể nào thu gom cho đủ, chẳng thể tìm ra mả mồ.

Chỉ đứng ngắm cái mênh mông núi rừng, hay những bến bờ trăng khuya, mà tưởng nghĩ *"Anh tôi ngã xuống chỗ này"*, có lẽ, hay *"Cha tôi hồi trước được vùi nơi kia"*, có thể. Cho nên Nàng, hãy còn gieo neo bàng bạc đó đây.

Cũng có thể, Nàng là Mẹ, đang nêu ra cho thằng con nhà văn những câu hỏi xót đau này đây?

Tuy nhiên Nàng vẫn còn một hạnh phúc, là biết mình-được-an-tử, khi triệu kẻ-bị-giết khác đã bị mờ trá bởi những danh xưng hào nhoáng, chung quy cũng chỉ là vật hy sinh, rỏ máu tế thần.

3.

Cuộc "giết-người-thân-yêu-thay-mình-tự-sát," của nhân vật Ông, là đau đớn hơn chính mình tự sát. Mẹ cứ nhìn đi. Nhìn đứa con máu me bị tai nạn tan nát trên mặt đường, Mẹ sẽ đau hơn nghìn lần chính mình thọ nạn. Đứa con đau bệnh nan y, Mẹ nghĩ coi, Mẹ đau lòng xiết bao khi phải rút cái ống tiếp ô-xy mong an tử cho đứa con thân yêu.

Một người biết an tử cho một người để giải thoát trong một hoàn cảnh bị tiêu triệt cái ý niệm giải phóng giải thoát, con người này chính là một dấu ấn đau thương nhất trong những đau thương.

Ở đây, tự đầu chí cuối, bi kịch diễn ra một cách lạnh lùng, tuần tự; cầm bằng mọi cảm giác khổ đau hạnh ngộ rơi đều như mọi vật rơi trong một khoảng chân không.

Tuyệt không lời tình tự. Không giã từ. Tỉnh queo như thép nung thì nóng. Tuyệt không tiếng khóc, chẳng hứa hẹn, không than van rên rỉ của người bị giết. Mà bằng lòng mỉm cười. Không hề có gì rùng rợn. Chỉ có một tương giao cao khiết chỗ tâm linh. Vì sao? Sao vậy? Hà cớ nguồn cơn?

Vì ngọn lửa thiêng từ đỉnh hận thù lăn yêu thương đã trở thành cái lưỡi kim cương. Mỗi lưỡi nhọn là một lời kinh nguyện giải thoát.

4.

Trở lại cuộc trùng đáp hai chữ đề kháng? Tự an tử là giải quyết dần dà sự vụ để tìm về bản lai diện mục của một đề kháng.

Là bằng cách tự cô lập. Là bằng cách giết dần đi những niềm thân ái. Cắt lìa dĩ vãng. Quên đi, cả có lẫn không, cả vui cùng đau. Lắng nghe từ đáy linh hồn câu hỏi: "Sống với Chết đã một chưa?"

Tôi mong cuộc phỏng vấn này là cuộc cuối cùng trong bể dâu lận đận. Nói mãi cũng như chưa, như không nói. Nói nghìn năm cũng thà "đừng nói". Hỏi và Đáp đều đi ra từ mọi ngã vô minh.

5.

Những "dần dà" trên đây là dọn mình cho một thoát vượt rộng lớn, một tiếp cận ngoài cái hạn hẹp Tử-Sinh.

"*Nhị tổ Pháp Loa bệnh nặng. Tam tổ Huyền Quang, một đêm khuya tới thăm. Pháp Loa nằm rên hừ hừ, lại nói mê. Huyền Quang ngạc nhiên, tự hỏi sao tự tại đến như thầy mà còn lấn cấn, bị hành hạ trong giấc ngủ. Huyền Quang hỏi:*

- Thức với ngủ đã là một chưa?

Pháp Loa đáp:

- Thức với ngủ đã là một.

Huyền Quang lại hỏi:

- Bệnh với không bệnh đã là một chưa?

Lại đáp:

- Bệnh cũng chẳng liên can đến kẻ ấy. Không bệnh cũng chẳng liên can đến kẻ ấy..."

An tử dần dà, rất ư minh triết, là bằng cách hiểu câu chuyện trên – ***Kẻ ấy***, hẳn là cái bản lai diện mục, cái chân tâm tuyệt đối.

Nhưng ta có thể hành xử qua một thể điệu khác. Là thế này, là lôi sự vụ ra ngoài bãi trống lịch sử, để chúng ta tịnh yên trong cốt lõi đề kháng. Ta sẽ nhận ra yếu tính máu me bàng hoàng thể thái như sau:

Cái đêm Huyền Quang đến thăm Nhị tổ Pháp Loa của Thiền Trúc Lâm Yên Tử, nhà Trần (1226–1400), là vào đêm 11 tháng Giêng năm Canh Ngọ 1330, đúng sáu trăm trước của năm Canh Ngọ 1930.

1930, ấy là năm có một đệ tử từ phương nam đến thăm Thầy phương bắc, để lập ra một cái trận-đồ-triền-miên-máu-lửa. Tập-đại-thành của **Kẻ ấy** *là đốt rụi những trang sử cũ, và xóa tiêu tan cái bản lai diện mục của cả một dân tộc này. Cái manh tâm tuyệt đối đã thay cái chân tâm.*

"Từ ấy" mỗi nhân phận, mỗi nhân danh, trên con đường lẽ ra tới chỗ thân ái hợp quần, lại dần xa biệt nhau. Chúng ta như cái phần đuôi con thằn lằn lúc bị đứt lìa khỏi thân mình, cái đuôi vùng vẫy, tưởng nó đang hoạt động. Thật ra nó đang trên đường chết của một định mệnh tàn tật đang bò lê đâu đó.

Đặng Thơ Thơ: *Truyện "Xứ động vật màu huyết dụ" có phải là một cách diễn dịch lại lịch sử, trong đó nhân vật người đàn ông đi tìm khúc xương cụt của người đàn bà chết oan là hình ảnh của Hồ Chí Minh và đất nước Việt Nam?*

Cung Tích Biền: "Xứ động vật màu huyết dụ" đúng là một diễn dịch lại lịch sử, một lịch sử nước non Đỏ màu, nhiều nghĩa máu:

"Máu khe núi,

Suối ngàn kinh nguyệt"

Đã là ẩn dụ thì người đọc có quyền, bởi tùy vào khả năng mặc thị, tùy cái lung linh di dời điểm nấp trong ẩn dụ, sẽ nghĩ, sẽ tưởng, và sẽ hiểu khác nhau.

Nhân vật người đàn ông – lão Kiên– có thể hiểu đây là Người về tìm Bóng. Bóng nạn nhân rộng lòng tha thứ cho kẻ gây tội. Như truyền thống thứ tha rộng lớn hằng có trong tích Việt. Nên lấy ân báo oán. Lấy oán trả oán thì oán oán trập trùng.

Trong ẩn dụ, lộ tỏ lão Kiên – **Hắn ta, Kẻ bôn ba tìm lý tưởng** – chỉ là cái bã mía được thải ra từ cái lò nấu đường. Lý tưởng chắc là ngọt ngào. Nên Người mới mê mải xay xác đồng bào.

Cũng có thể hiểu một cách khác, rộng thoáng hơn. Rằng: Kẻ đốt đền cũng chỉ là một nạn nhân của tham vọng. Một cá nhân nhỏ bé. Chỉ là mồi lửa un khói ban đầu. *Cái đau lớn, cái nghiệt ngã truyền kiếp là cả ngôi đền bốc cháy, tự thiêu rụi mình.* Tựa như cả một dân tộc nghìn năm văn hiến bỗng bất ngờ sơ khai, một dân tộc anh hùng bỗng dai dẳng lên cơn, triền miên mãi cháy, hủy thiêu nhau. Kịch liệt *ráp đuôi thú vào lưng người.*

Kỳ III.
Nhà văn là Bóng, hay Kẻ treo thòng-lọng lửng lơ?[1]

Đặng Thơ Thơ: *Qua hành trình viết, anh thường dùng văn chương để giải phẫu lịch sử, hay dùng văn chương như cán cân đối trọng với lịch sử. Khi người đàn bà trong* Xứ động vật màu huyết dụ *nói: "Ông ấy cần chiếc xương tàn để làm gương soi" có phải chiếc xương tàn đây là nơi văn chương và lịch sử va chạm và tìm cách viết lên nhau? Tương quan giữa lịch sử và văn chương trong truyện của anh ra sao? Nếu trên căn bản cả hai chỉ là những văn bản được tường thuật lại, giữa văn chương và lịch sử hiện đại "chính thống" Việt Nam, cái nào nhiều chất tưởng tượng và hư cấu hơn?*

Cung Tích Biền:

Trả lời ngắn: Có thể tôi không hiểu cụm từ "viết lên nhau" mà câu hỏi đặt ra. Nhưng rõ ràng chiếc xương tàn ở đây có ẩn hiện cái dấu vết lịch sử. Không là cái xương vô danh vô định. Nó định

---
[1] www.damau.org tháng Ba 2008.

đặt cho lịch sử một câu hỏi trầm thống. Đây là một chạm âm chạm bóng, mà lịch sử không thể thiếu cẩn trọng khi giải thích thử thách này.

Nếu xem cả hai chỉ là những văn bản được tường thuật lại, thì giữa văn chương và lịch sử hiện đại "chính thống" Việt Nam, khi cần so sánh về mức độ tưởng tượng và hư cấu, thì rằng là thế này:

Thay vì văn chương – nhà văn – thông qua nghệ thuật, sáng tạo, cần tưởng tượng và hư cấu thì văn chương không làm đầy đủ chức năng này. Hà cớ? Vì, hiện thực – bề mặt diễn biến của xã hội hôm nay – quá vượt, phong phú lẫn bấn loạn hơn khả năng văn chương có thể hư cấu, tưởng tượng. Bọn văn chương phần nào bất lực trong phản ảnh và diễn giải hiện thực lịch sử.

Ngược lại, thay vì lịch sử - sử gia - phải trung thực, thì đã bỗng dưng giàu tưởng tượng và tuyệt kỹ hư cấu, đổi trắng thay đen, để tạo ra cái gọi rằng "lịch sử". Vì sao? Vì loại "chính thống" – loại trung thành phục vụ cho Hệ thống – đã khánh kiệt lương tri. Bọn làm nhiệm vụ "chép sử" trong tương quan này chỉ là lừa ngựa kéo xe cho cái tham vọng Đốt Đền.

Trả lời dài:

1.

Giá trị và nhân cách của sử gia chân chính từ lâu đã được khẳng định, ở đây không bàn tới. Chỉ lai rai bàn qua *"nếu cả hai, văn chương và lịch sử, trên căn bản là văn bản"* thì tương quan giữa lịch sử và văn chương trong truyện của tôi là khá phân minh.

Văn chương là văn chương. Lịch sử là lịch sử. Chỉ vì cùng thời thế, cùng chịu đựng một thế sự mà thôi. Văn chương không có tham vọng viết thay lịch sử. Lịch sử không có tài tình chuyển tải "vạn sự diễn ra trong trời đất" như văn chương.

Sử gia "Dùng chữ". Nhà văn "Làm Chữ".

Lịch sử là bảo tồn, thẩm định. Văn chương cũng có một phần thẩm định, nhưng tinh lọc và mở rộng, để nhìn được "Bên kia lịch sử".

Thông qua văn chương, đời sau có thể hiểu được bộ mặt thật cùng nỗi đau của chính Lịch sử. Văn chương có khi phá phách lịch sử, vạch mặt tấn tuồng, để bày ra trận đồ, ở đó phục hồi cái chân chính, lương tri, cái sự thật của Lịch sử, mà kẻ chép sử có khi vì nhiều lý do, đã ma mị bỏ qua, hoặc thay hình đổi dạng.

Nếu có một sự kiện, một yếu tố mang tính sử đồng hiện cùng lúc trên bàn viết của nhà văn và nhà viết sử, thì cách xử lý văn hoàn toàn lạc phương nhau.

Nhà văn trung thực trong khuynh hướng sáng tạo, có khi hư diễn, huyễn định, nhưng cái nhìn không là tuân thủ một phương pháp ghi chép theo chỉ định, hoặc quy chiếu có định sẵn, như các sử gia hệ "chính thống".

Với nhà văn, ở đây nặng về "thủ pháp", hơn là "phương pháp". Thời gian và không gian của văn chương có thể là giả định, điều tối kỵ của văn bản lịch sử.

Chung cùng, nhà văn diễn dịch tiến trình với một tâm thức và mục đích hoàn toàn khác với nhà chép sử. Sử gia "Chép-lại". Nhà văn là "Viết-Ra".

Tôi nói nhà viết sử và nhà văn, trong bình đồ này, là *những người có hoàn cảnh tự do trong hành xử nghề nghiệp của mình*.

Tôi có hoàn cảnh trớ trêu, khổ nạn hơn một chút, nên cố gắng thu nhặt tự do, trong hoàn cảnh khốn cùng mà các bạn biết, để giữ cái "mức độ của tương quan" này. Để thể hiện trách nhiệm, thông qua văn chương, Tiếng Nói này là của người đang dưới-giá-treo-cổ.

Trong những triều đại hưng thịnh, tư tưởng khoáng đạt, lương thiện chỗ ngòi bút, một thái độ khiêm cung khi nhìn, như hai triều Lý Trần, thì văn chương và lịch sử có chỗ tương đồng, tôn trọng nhau. Nhiều trang sử là những áng văn chương, thi sử.

2.

Trong tình trạng bức bách tật nguyền thời cuộc, trong vòng vây của mọi bề áp lực, trong cái ngáp thở thoi thóp của tự do, việc cầm bút nơi đây, trong hoàn cảnh tôi, chúng tôi, thật không dễ dàng.

Về văn bản như câu hỏi Thơ Thơ đã hỏi trên, tôi xin đưa ra một thí dụ về chỗ hư diễn, để hiểu ngòi bút văn chương có cái quyền thao túng sự kiện hơn ngòi bút sử.

Tôi không nói chỗ can đảm hay không can đảm, mà nói cái nghệ thuật. Có văn bản sử nào ra công huyễn hóa – mà rất đúng với sự thật sự thể – về một "cuộc Đổi Bờ" như văn chương bày lộ, thế này:

"...Con sông Thu chảy rất xiết, sóng to, lại tính khí cuồng bạo. Nước phá Nước. Nó tàn phá Lạc Long chỉ trong vòng ba mươi năm. Nó bưng bê nhà cửa vườn tược, từ đường, đình miếu, giếng nước, lư đồng, tiếng cười nỗi nhớ của Lạc Long đi rồi. Nếu Lạc Long còn hồn thiêng đâu đó hồn sẽ bay lánh nạn. Anh có thấy bãi xanh xa xa bên bờ Nam kia không. Đó, nó làm tiêu tan cái lịch sử phương này để là cát vụn bờ kia. Nó biến cái Sống cùng tổ tiên Lạc Long các anh thành những bãi lầy để mãi chờ tương lai cải tạo" (trích tiểu truyện "Làng và sông" trong tân truyện "Xứ động vật màu huyết dụ" – CTB)

Và sau khi quan lại triều đình phán xử rằng "Đất thiêng bờ/phương Nam đã trở thành lãnh thổ phương Bắc", thì văn bản sử nào có khả năng đẩy sự vụ đến nhiệm màu, để lột tả tận cùng cốt lõi bi tráng, tận cùng vẽ lại cuộc bại vong của xã hội Bờ Nam, như văn chương thế này không:

"Thiên đạo năm ấy cực ác. Sau khi có lệnh quan rành rành, gió bất ngờ đổi hướng. Giống như thuở Nguyễn Huệ vào Thăng Long nhờ gió thổi khói ngược chiều, trả khí độc do Tôn sĩ Nghị đốt về lại cho Nghị. Nhưng đó là gió thuận lòng trời muốn cho muôn dân thoát ngục. Đằng này trời ác, muốn cho muôn dân lâm nạn.

"Khi quan triều đình vừa rời khỏi bãi bồi, tức thì gió trời không thổi thuận chiều theo mùa, từ nam ra bắc, nghĩa là từ bờ Nam ra sông nước giữa dòng như bao năm thổi. Mà trời bắt gió trở ngược từ Bắc vô Nam. Nghĩa là đưa cái mùi thối tha từ sông nước bìa làng, chỗ tranh chấp máu me thây người, vào sâu làng xóm phương Nam. Làm cho thối đình làng, thối miếu thờ nhà cửa. Thối cả đường đi sỏi đá, khóm tre bụi trúc.

"Tắm xong cho một em bé, ngửi nó lại, là nghe thấy mùi tử thi nơi đứa trẻ sơ sinh. Thắp nhang trầm cúng vái tổ tiên đã nghe ra ngay mùi tử khí trong hương trầm chỗ bàn hương án. Làm như thối

từ tiên tổ thối ra. Gái trai xinh tươi thề non hẹn biển yêu thương nhau, là giữa hai làn môi chí tình đã có ngay mùi thối tha chết chóc oan khiên đâm chém.

"Trên bãi chiến trường giành đất tanh hôi, càng lúc gió càng mạnh hơn. Reo réo. Từ phương Bắc vào xóm làng phương Nam. Ra đầu ngõ thấy xác người. Đêm nằm đầy ác mộng. Tỉnh giấc là tứ phương thối hoắc. Dân bờ Nam hỗn loạn bỏ làng xóm miếu mộ già trẻ nhất tề bỏ xứ mà đi. Tre trúc có hồn mà không có đôi chân, đâu thể ra đi, dành đau dành úa. Những sinh linh, hồn phách và cội nguồn đã lỡ cắm rễ sâu trong Đất Mẹ Phương Nam, đành ở lại thì đành tan, chịu gục." ("Làng và sông").

Đặng Thơ Thơ: *Anh vừa nói về thủ pháp hư diễn. Vâng, tính siêu thực lồng trong tinh thần đạo giáo tạo nên bầu khí quyển đặc thù trong các truyện của anh. Sự xuất hiện của "Bóng" là một yếu tố tiêu biểu. Bóng là linh hồn cô Xíu Mại trong "Một phần khí hậu" ("Hóa vàng cho Hồng chuyên"). Bóng là đối cực của người đàn bà dưới mộ trong* Xứ động vật màu huyết dụ. *Đây là lời của Bóng:*

"Tôi là một nhân phận đặc biệt trên non nước này. Tôi tự hủy khi còn đang Sống. Lại huy động được máu xương của mình sau khi đã Chết. Tôi chống lại được cả thạch tín. Tôi là Xương Thạch Tín. Hủy diệt hay không là quyền ở Tôi."

Bóng, hay ảo ảnh, đi từ vị trí nạn nhân đến kẻ giữ đặc quyền tha thứ. Bóng là một lực lượng siêu hình hay chỉ là oan kết chập chùng của dân tộc? Bóng ở đây tượng trưng cho những điều gì nữa? Nhà văn đứng ở đâu giữa Bóng và hiện thực đất nước hôm nay? Một nhà văn lớn có nhất thiết cần đảm trách vai trò chứng nhân lịch sử không? Nhà văn có đang tự hủy khi còn đang sống không, bằng hành động viết?

Cung Tích Biền: Viết, đối với tôi là vừa giải cứu vừa tự hủy. Phía nào cũng đẩy tới cái chỗ tận-hiến.

Trong trả lời những câu trên là đã phần nào lai rai giải trình về Bóng. Bây giờ phải trình bày thêm, chắc có chỗ trùng lập.

1.

Tôi mượn cái Lý của Dịch - Khổng – cùng phần nào tinh túy của triết học Phật giáo, trong diễn giải cái tinh thần Nhận-Trả, cái tương sinh tương khắc ân-oán, thủy-hỏa, trong tâm linh, lẫn sinh hoạt dân gian trong văn hóa Việt.

Vì chỗ quy luật và giới hạn của văn chương – tác phẩm – nên đương nhiên, không cho phép triền miên luận giải theo cái cách nghị luận triết học. Ở đây chỉ biểu hiện qua lời thoại, qua hành xử của từng nhân vật, để nuôi dưỡng Cái Sống của nhân vật được tươi nhuận trong thế giới nghệ thuật.

Nhân vật Bóng – người đàn trên chuyến tàu – là hiện hình của giải mây đen đầu núi, có ngồi đối thoại với Kiên, như là vừa có thật, vừa như một chiếc bóng ẩn khuất; vừa là Cái-đang-trước-mặt, lại vừa là Nàng trong những giấc mơ xa của Kiên. Nàng/Bóng là cái hoán đổi giữa quá khứ, hiện tại, vị lai. Là một trừu tượng. Là Rỗng. Đó là nhân vật biểu trưng của "thuần lý".

Nếu gọi Bóng là một lực lượng siêu hình thì cũng không xa mấy, về mặt "lý". Vì chính Nàng trừu tượng có lực thúc đẩy thực tế của Kiên. Chỉ có Nàng mới dẫn đường quay về, mới giải được nợ máu xương cho Kiên.

2.

Về nội dung, Bóng vừa cắt đoạn vừa nối kết để tạo một chuyển luân giữa hóa sinh với tiêu trầm, và ngược lại. Là thể thái rất mâu thuẫn, đối nghịch trong một viên mãn. Nó như thiếu âm đã âm thầm ẩn trạng ngay trong thái dương và ngược lại.

Bóng, không mang màu sắc tôn giáo, không có nhu cầu niềm tin. Chỉ là nội dung mâu thuẫn của tiến trình mở ra Sinh-Diệt [thái cực]. Toàn triệt, rồi nẩy mầm thành, trưởng; thành lại đi thẳng tới diệt, hủy [nội dung âm dương của lưỡng nghi]. Huyết-Mùi-Xương-Xác là tứ quái, một quần thể dần dà hóa trưởng ra 64/ lục thập tứ quái. Là/để diễn dịch/giải cho hành trình Bóng.

Cứ theo lý của Dịch mà luận giải Bóng, thì Bóng chẳng là thái cực, tứ quái chẳng là Xác-xương–huyết–mùi. Nếu đọc kinh Dịch, mà nghĩ rằng "long" là con rồng thì chẳng nên đọc Dịch kinh. *Long vô thủ*, chẳng thể là rồng không đầu.

Đọc lại những lời thoại giữa Bóng và Kiên sẽ rõ.

Trong triết học Đông phương, luận giải này khá rõ. Trong kiến thức dân gian cũng bàng bạc những ca dao, thành ngữ nói về cái quy luật đáo hồi, thịnh suy, ân oán... Hai mặt trắng-đen, nhật-nguyệt, đêm-ngày xoay vòng, quần bổ cho nhau để tương sinh tương khắc. Cái này biến đi, cái kia lại hiện. Trong Cái Này đã có Cái Kia ngộ hợp, phôi sinh.

Tôi luôn tin tưởng trong cùng đường của một lịch sử, sẽ nảy sinh Sinh lộ cho một trang sử mới. *"Đi ta từ cửa Tử để thấy cửa Sinh".* Dân tộc ta luôn là chứng nhân của những mạt triều suy loạn, và minh quân sẽ xuất hiện bởi triều đại kế tiếp. Những rác rưởi đồi bại sẽ được quét dọn, những sai lầm đổ vỡ sẽ được chỉnh sửa, phục dựng.

3.

Hầu hết nhân vật trong tân truyện *Xứ động vật* là những số phận lạnh lùng dung ruổi, mỗi nhân thân là mỗi vệt mờ giữa ảo ảnh hạnh phúc với cái gọi rằng quyền làm người. Tưởng như không ai cùng chia sẻ với ai một điều gì.

Nhưng giữa khoảng trống hờ hững kia, tưởng như nghìn thu đoạn đứt, lại có một sợi dây bí ẩn ràng buộc: *Bóng vẫn theo mãi Kiên.*

Tôi xin phép giải trình thêm một toàn cảnh của "Xứ động vật màu huyết dụ" để sáng tỏ những điều nêu ra từ câu hỏi:

Người-đàn-bà-có-hài-cốt //*hàm oan*// đã đứng dậy từ mồ, mang bình đi tìm người hốt hài cốt chính mình. Bơ vơ như thế, nhưng Bóng lại là hiển linh chỉ dẫn cho Lão Kiên tìm về //*quy chiếu*. Bóng tặng cho chiếc xương tàn để Kiên làm gương soi //*lịch sử*. Người con gái Áo Hoa cà trên đồi, một cô gái không có tên, dửng dưng, tượng trưng cho tương lai //*hệ nối tiếp*. Nàng không hề biết mặt cha //*dĩ vãng* // lại chẳng biết Lời mẹ trong màu xanh không gian bao la là Lời của Bóng // *nguồn cội*.

Đây có một chủ đích nhân văn rõ ràng là không muốn nỗi Đọa đày - đã nằm trong xương tàn – hiển thị lên niềm Hy vọng của tương lai.

Dưới chân đồi, lúc này, ai đốt rẫy khói mù bay //*thế sự hằng /đang là thế sự*. Áo Hoa cà và Xương tàn ra đi //*viễn trình*. Áo Hoa cà đi đâu? Đi về nơi Nương náu? Xương cụt ở lại? Lại bắt đầu một cuộc dửng dưng quay về....

4.

Điều nên ghi nhận là hầu hết nhân vật nữ trong *Xứ động vật* thường không có tên. Đó chỉ là bao la định mệnh. Là bàng bạc mây trời. Nơi nao trong cái Hệ thống thấm máu này chẳng cùng một mẫu số chung là hàm oan, hoạn nạn!

Có thể sơ sài kể ra những nhân phận vô danh trong các sáng tác của tôi:

- Tân truyện "Một phần khí hậu" có ba: Một, cô gái trẻ thoáng nghe mùi đực từ bãi tắm biển đã rùng mình - cô chết non chết lạnh trong khách sạn vì hoang tưởng: *"thiếu rơm cỏ ủ mình"*. Hai, người nữ chủ khu vườn Hồng chuyên điêu tàn. Ba, người mẹ của Liu, vợ một nhà quyền thế, bỏ nhà ra đi. Tất cả đều không tên.

- Tân truyện "Xứ động vật vào ngôi" có ba: Một, người chị tuyệt vọng ở đường Tự Do một sáng đến thăm người em gái sắp bị hành hình ở đường Công Lý. Hai, người vợ bị chồng phân mảnh đem thịt xương phân bố khắp phố phường.

Ba, người tình bị Khúc biến thành nhiều khúc thân mình. Tất cả đều là những kẻ mất danh xưng.

- Tân truyện "Xứ động vật mưa hồng" có ba: Một, người mẹ đánh rơi một trong hai đứa con song sinh trên đường phố Sàigòn chiều hoạn nạn 30.4. 1975. Hai, người mẹ mất bọc gia sản quý giá trên chiếc tàu di tản đã nhặt lầm một bọc có đứa trẻ sơ sinh để mang sang Mỹ nuôi dưỡng. Ba, người nội già đau khổ của Tảo điên. Tất cả ba đều là những nhân phận vô danh.

- Tân truyện "Xứ động vật màu huyết dụ" có hai: Một, người vợ chết từ lâu đã hiện về - Bóng - dẫn đường cho chồng lên đồi liếm xương tàn. Hai, người con Áo Hoa cà từ Mỹ về hốt cốt mẹ. Cả hai Không Tên.

Ngoài 11 nhân vật nữ, trong toàn bộ *Xứ động vật* còn có những nhân vật nam không có tên. Một số nữ được mã hóa là Xíu Mại, Bọ Ngựa.

5.

Lặp lại câu hỏi của Đặng Thơ Thơ: *"Nhà văn đứng ở đâu giữa Bóng và hiện thực đất nước hôm nay?"* Tôi vừa thở đủ kiểu vừa rất phân vân chỗ này. Đất nước hôm nay là nơi tôi đang sống. Nhưng hiện thực của đại thể này không thuộc về tôi. Nó đánh mất tôi, hoặc tôi lưu lạc trong nó. Cũng như những nhân vật nữ trong truyện, tôi là kẻ thất lạc, không tên, không cầm chính vận mệnh mình. *Nên khắc khoải mỗi cuối một đoạn đường cụt lại mong thấy một ngã ba, mong một lối rẽ; và mong gặp một người /ai đó để hỏi một hướng đường đang tìm đến.*

Mệt mỏi, tôi dừng dưới bóng một cổ thụ, một cây đa chẳng hạn, ở đấy có miếu thờ, đầy những khói hương, không hề thấy thần linh đâu cả. Đi lang bang chơi từ Bắc vô Nam, chỉ thấy những cảnh chết được dựng lại. Những cái chết ấy thay vì lòng tự trọng của người sống hãy để nó vô danh, nay lại lan dần chiếm đất đai của kẻ sống bằng đền đài lăng mộ. Người ta đã xác minh trước lịch sử rằng những tội ác kia là ân sủng của thiên tài kiệt xuất ban cho đất nước đáng lưu hậu thế.

Tôi ngủ qua đêm trong đất nước tôi. Được đêm nào mừng đêm ấy. Tôi thức dậy trên đất nước tôi. Được ngày nắng mừng nắng, gặp mù mưa che mưa. Không thể biết sẽ nắng sẽ mưa. Chẳng dự báo sẽ gặp ác mộng gì trong đêm, nhưng luôn biết là nó thường trực tới/có. Tôi bị treo thòng lọng lửng lơ.

Tổ quốc cũng đang treo mong chờ.

Thế đấy, bầu trời muôn thuở không cần sự có mặt của con người vẫn tự nhiên nắng mưa. Vẫn tự nhiên tối sáng. Và tôi rất đương nhiên được cai trị. Hình như xứ sở tôi không có bóng dáng con người. Chỉ là cái bãi đá trơn lu nhẵn mòn, con suối nước của thời gian buồn nản len qua.

Có sao đâu. Rồi tối tôi vẫn ngủ, trong/và, trên quê nhà. Được đêm nào hay đêm đó. Tháng ngày, nắng mưa đâu có cho tôi lời hẹn ngày mai sẽ ra sao.

Nhưng cái hiện tình của thực tế thực trạng thực địa trên/ và trong Hệ thống này đã là hoàn chỉnh một nguyên trạng của một triều đình triều đại đốn mạt. Như thế, niềm hy vọng một minh quân xuất hiện sẽ có ngày gần hơn. Cuộc hoàn mình sẽ chẳng còn xa.

6.

Trong đời sống tinh thần của xã hội phương Đông đã từ lâu hình thành một niềm tin qua những dự báo. Dự báo đôi khi chưa được nhìn rõ mặt nhưng hiện tượng chính nó đã trù trú đâu đó trong tâm thức, tâm linh mỗi con người. Nó hình thành một hệ thái tư tưởng chung, một hy vọng chung mà bằng vào đó con người có thể an nhiên, sống chờ và sống vui, để đón Một Ngày Mới.

Sống kiếp này đã mặc nhiên được thừa hưởng hay chịu lấy những hậu quả từ kiếp trước để lại. Sống kiếp này phải hiểu cho nỗi khổ đau hoặc hạnh phúc cho kẻ "thay mình ở kiếp sau". Chuyện đến thiên đàng hay về cõi niết bàn? Hãy đợi đấy.

Cho nên cứ/ dù là chỗ dân gian bình thường, cũng lan truyền mãi cái "Hạnh" làm người. Cho dù có oan khuất chập chùng vẫn cưu mang một tấm lòng tha thứ, với ngay kẻ đã có lỗi/ tội với mình. Cho dù trong cùng khốn cũng chợt nghĩ đến liều thuốc được ghi toa từ đạo lý *"Ở hiền gặp lành" "Người trung mắc nạn có tiên xuống phò".*

Tiên ở đâu đây? Đây là cái xoay vòng của thời vận – trong cái vòng tròn mâu thuẫn của viên mãn. Đây là cái lý của dịch biến, *"Ai giàu ba họ ai khó ba đời".*

Nỗi thở than, mà cũng là niềm hy vọng âm thầm kia, một thời rải rác trong khắp cái nhân gian buổi khốn cùng này, có thể tụ hội lại. Trở thành cái tâm thức chung, lời thở than chung, niềm hy vọng chung của một tập thể, một cộng đồng, và của cả dân tộc. Đó là cái lực tâm linh, sẽ thúc đẩy dần dà thực tế, thời cuộc chuyển động. để thoát "cùng", đến "loạn/ biến", rồi "thông".

Người phỏng vấn, giờ đây, có thể nhận ra cái "chỗ đứng" của tôi giữa Bóng và thực tế đất nước hôm nay. Nhưng tôi lại cắc cớ hỏi:

Nếu tôi đứng về phía Bóng thì Người phỏng vấn có cùng tôi trong chập chùng đèo mây bưng bình đi tìm hài cốt của chính mình không?

Để làm gì? Để nhận cho ra một ẩn trạng thiếu dương trong một xã hội thái âm vừa mờ tối vừa mơ hoặc Hôm nay.

Đặng Thơ Thơ: *"Người phỏng vấn" đang bị phỏng-vấn-ngược này rất sẵn sàng, sẽ đi cùng anh trong hành trình tìm kiếm những bộ xương tàn, sẽ cùng Bóng xây một nấm mộ chung cho những cái chết chưa được đặt tên, và sẽ cùng nhau chiêu niệm những linh hồn ấy. Bây giờ vẫn còn một câu (đã hỏi) cần được anh trả lời:*

*"**Một nhà văn lớn có nhất thiết phải đảm trách vai trò chứng nhân lịch sử không?**"*

Cung Tích Biền: Không chủ tâm đảm trách cũng bất đắc dĩ là chứng nhân lịch sử. Cái kiểu mê say làm việc tận hai giờ chiều, vợ dọn sẵn cơm bảo *"Ăn đi, Bố để Đạt ma diện bích cũng phải ăn kia mà. Sức đâu mà điên."* Vậy, thì/ rằng/là phải ăn. Cái bất đắc dĩ cần thiết.

Đặng Thơ Thơ: *Cũng trong* "Xứ động vật màu huyết dụ"*, anh viết*: **"Có ngày cậu phải trả giá cho cái lý tưởng đội quần, cái khẳng định mơ hoặc, cái niềm tin mà chỉ khi đào mả quật mồ nghiệm thu mớ xương tàn, đã chưa chắc khẳng định được rằng đáng tin, hay chưa đáng."** *Lời nhắn này dành cho đối tượng nào hiện nay?*

Cung Tích Biền: Đối tượng đang cam tâm cầm nắm vận mệnh con người như một nắm lá tre. *Xem dân tộc mình cũng như là lũ Bốn-chân-chúng-mình.*

Cũng có thể là nhắn gởi đến Tương-lai. Chớ nên dùng xương máu tha nhân cho lý tưởng Đốt Đền. Không nên đem mình làm phương tiện, làm nhiên liệu cho tham vọng một ai.

Nhưng là một nhà văn, "Lời" của tôi tuy tha thiết mà rất đỗi bình thường. Không hề là một Lệnh. Đây chỉ là lời nhắn trên điện thoại di động để nhờ thời-gian-cầm-tay mang đi.

Người Tương lai nhận tin. Có thể trả lời OK. Hoặc *delete* tin nhắn. Cũng chẳng sao. Mỗi thế hệ có tự do trong chọn lựa, bằng vào mỗi vận hành lịch sử riêng thế hệ.

Cái tôi muốn nhấn mạnh – ẩn dụ qua nơi chốn – là "Lời" trao đổi này, giữa một người bình thường với Lão Kiên kẻ-đi-tìm-lý-tưởng, xảy ra giữa Ngã Ba Đường. Cũng là ngã ba quê hương, ngã ba sử lịch, lúc một người đã "nhất trí Lên Đường".

Vì sao ngã ba có tên là Trạm? Sao lại chỗ Trạm? Vì cả không gian lẫn thời gian của "trạm", đều là "tạm thời". Là chỗ ghé qua, nơi trung chuyển. Nơi một "sát na" gặp gỡ rồi mỗi người mỗi hướng đời.

Xưa kia trạm là nơi đêm đêm trên con đường mờ khuya, con ngựa phi nước đại, người đưa tin thơ cầm đuốc lập lòa mang tin. Trong đêm tàn, có thể tin vui, tin buồn cấp báo, con ngựa [trạm] có thể đi ra từ kinh thành, hay từ biên ải quay về, mọi giao liên, trao đổi tin tức, hoặc nghỉ tạm qua đêm là ở trạm.

Cuộc *"lời qua tiếng lại"* này, trong truyện, tôi chủ tâm đặt Bác Kiên vào tâm thức "nhớ lại lời nhắn nhủ" trong quá khứ, khi trên tay Bác đã cầm chiếc xương tàn. Nghĩa là lúc thế sự đã an bài, đã nằm yên trong mộ Sử lịch. Muộn quá rồi. Nghĩa là với lời khuyên xưa thì bây giờ là không còn gì cứu vãn. Chỉ còn là Cái Rỗng-Trống thời gian. Trống-Rỗng đất sâu.

Lời Nhắn là cần thiết. Nhưng cái ý thức chấp nhận Lời nhắn là quan trọng hơn.

Đặng Thơ Thơ: *Thế giới truyện của anh luôn mở ra một cõi vô minh, một khoảng trống cạm bẫy nơi mọi chân lý và sự thật đều có thể thương lượng và định giá lại. Có phải ở nơi trống không ấy là những giá trị mà anh tôn trọng? Và sự nghiệm thu nào là cần thiết cho những thế hệ sau?*

Cung Tích Biền:

1.

Tôi là một người luôn tìm nguyện vọng trong hoàn cảnh đã mép bờ tuyệt vọng. Là người luôn duy trì niềm tin khi hiện thực đã đầy đủ dấu hiệu cạn kiệt cái-để-tin. Tôi vẫn hy vọng gặp "đồng bào" trong Xứ Động Vật hôm nay. Vì tôi hiểu rằng tôi rất còn ấm áp khi hiểu ra mình có đồng bào.

Tôi từng tiếp cận cái chết, thông qua thường trực trong suốt cuộc đời với những căn bệnh nan y. Từ bé sốt phù thủng, cử trướng gan do sốt rét rừng thời tản cư. Lủng màng nhĩ do thối cả hai lỗ tai thành điếc nhiều năm trong vùng kháng chiến thiếu thuốc trụ sinh trị chữa. Bác sĩ Tùng ở Đà Nẵng đốt thịt dư trong lỗ mũi tôi cả thảy ba lần (1957) – một thời gian dài sau đó tôi mất khứu giác, mùi thơm thúi như nhau.

Sau 1975 khốn khó, tôi lại bị vỡ ruột thừa, thành viêm phúc mạc toàn bộ thời ăn bo bo, vì Bác sĩ Khang xã hội chủ nghĩa (Phường 11 quận Tân Bình) khám bụng tài tình, cho rằng tôi không đau ruột thừa mà chỉ bị sạn thận, cho về nhà nằm dưỡng hai ngày, tôi chết xỉu quay lơ khi chuyển tới bệnh viện Phúc Kiến để... rửa ruột (1978).

Rồi bị bướu cổ (2000), giãn tĩnh mạch mãn tính, lộ ra ngoài da xoắn tròn như ruột gà dưới hai cẳng chân, chờ giải phẫu. Bị tiểu đường đã trên hai mươi năm nay. Từ 1978 bị cườm cả hai mắt, mổ từ hơn hai mươi năm trước. Hiện đeo kính 17 độ vừa viễn vừa loạn thị. Bị ung thư đại tràng đã giải phẫu cắt bỏ non thước ruột (2006) tại Bệnh viện Pháp Việt. Hiện có thể di căn sang bướu tuyến tiền liệt... mà tôi vẫn sống, vẫn làm việc ngày đêm. Mà vẫn lai rai nhậu, các lưu linh cũng chào thua. Mà hào sảng nói cười... Vì tôi luôn an nhiên hy vọng, trong bất cứ hoàn cảnh nào, dù hy vọng có thể đang là... tro tàn.

Tôi vững tin rằng ngoài con người phàm trần này chúng ta còn một đấng thần linh trong chúng ta.

Thần linh, trong chừng mực, có thể thương lượng với tử thần. Cũng là chỗ đồng chí đồng thần với nhau.

2.

Giữa chân lý và sự thật, tôi tôn trọng sự thương lượng – thương lượng không hề là một thỏa hiệp – miễn là khách quan trong việc kiểm kê những giá trị cần thiết để có dịp Nhìn Lại.

Giữa cái biên giới khắc nghiệt kia hãy còn một cánh cửa của thương lượng. Đó là cái khoảng trống để cất đi cái mũ bảo hiểm riêng của mỗi bản ngã... Cái khoảng trống để giảm tốc đối nghịch, vì lương tâm con người. Vì quyền lợi chung. Vì cái trách nhiệm bảo tồn sự trong sạch, nghiêm chính.

Trên căn bản này văn chương tôi luôn Mở Ngỏ. Về mặt giải pháp nó bày ra cái khoảng trống hy vọng. Về mặt tư tưởng thì Khoảng Trống này có vẻ... không hiền từ chút nào. Nó là Cái, mà gọi là Cõi Vô minh cũng không sai, đòi hỏi một thách thức của chiêu niệm.

Cái nhân danh chân lý để đọa đày, để phủ nhận Sự thật hãy còn lồ lộ ra đó. Cái hố thẳm tuyệt vọng trong nấm mồ không thể vùi lấp trọn vẹn một phận người hãy còn là dấu hỏi chưa phúc đáp trọn vẹn. *Nghĩa là hòa giải cái xác xương nằm dưới nọ với tang thương máu mủ còn vằng vặc trên này hãy còn là viễn trình đợi chờ.*

Tất cả còn trên khoảng trống thời gian chờ mai sau "định giá". *Có nên có một thương lượng giữa cái gọi rằng Xác yên nằm trong Lăng với con đường trầm thống mà Dân tộc đã, đang, và sẽ còn trải qua?*

Chỗ này để gươm dáo trả lời.

3.

Để nghiệm thu ư? Tôi là một người cầm bút. Đầy đủ xúc cảm ủy mị. Đầy đủ hờn căm. Cũng rất giàu mơ tưởng. Và chìm ngập tuyệt vọng, sau mỗi cuộc dấn thân. Tôi không lẻ loi trong suy nghiệm.

Có nhiều trí thức, nhà văn cùng thế hệ với tôi, cũng từng háo hức lên đường, cùng góp não vì chữ nghĩa, và máu cho chiến trường, họ cũng không khác gì tôi, sẽ hiểu ra cái giá của "nghiệm thu" là thế nào.

Có thể nào một thời kịch liệt chém giết nhau rồi một thời lại thương xót mình đã lỡ giết nhau. Có thể nào hăm hở đào mồ chôn nhau rồi về sau làm đám giỗ linh đình cho nhau. Tất cả đều sau cái ngày ***"Gặp nhau ở ngã ba Trạm."***

Kỳ IV.
Viết: Một định đặt từ hố thẳm trí tuệ

Đặng Thơ Thơ: *Thưa anh Cung Tích Biền, chúng ta đang bước vào phần cuối của cuộc phỏng vấn. Trong Kỳ III, anh có nói:* **"Tôi vững tin rằng ngoài con người phàm trần này chúng ta còn một đấng thần linh trong chúng ta. Thần linh, trong chừng mực, có thể thương lượng với tử thần. Cũng là chỗ đồng chí đồng thần với nhau."**

Từ câu nói đó, xin chuyển đến anh một câu hỏi của Đinh Từ Bích Thúy như sau:

"Xin anh vui lòng định nghĩa khái niệm "nhân bản" trong văn chương và nghệ thuật. Trong những truyện của anh, từ "Bạch hóa", đến những tân truyện, có rất nhiều xác chết, và cảm tưởng của người đọc ở cuối truyện là một sự trống vắng khủng khiếp, hay đúng hơn, một nỗi lạnh thấm xương – cái cảm giác đã bị mất hẳn danh dự làm người. Có lẽ, trong những truyện của anh, khi phanh phui những mất mát của quyền làm người, anh đã khẳng định nét "nhân bản" trong nghệ thuật văn chương của mình, chứ không phải là một nhà *cynic* chỉ xác nhận thuyết hư vô của xã hội mới?"

Cung Tích Biền: Khái niệm "nhân bản" trong văn chương nghệ thuật của nhà văn nó nằm ngay trong mỗi nhân vật (hình dạng, hành trạng, quan điểm, hành xử, tính cách, đối thoại, hiện diện thường hằng…) mà nhà văn đã biểu tỏ. Nó là cuộc thể hiện qua văn chương. Nó ít mang tính lý thuyết, không là dạng thuyết giải suông, thường gặp nơi các lý thuyết gia.

Quả là trong hầu hết sáng tác của tôi đều có cái Chết, xác chết. ***Không có chết không có truyện. Không có xác chết là xã hội mất dấu sinh tồn.*** Chết đủ kiểu, mọi nơi, chết ngày chết đêm. Mưa cũng tắt thở. Nắng cũng quẹo chấu. Buồn thì "đay". Mà vui cũng chẳng ham sống. Chết dửng dưng tình cờ. Chết có chủ đích chết, con xin tình nguyện đi đong dưới tuyến nước bọt của Cha/ Bác.

Một đứa con là Sáu Vu về thắp đuốc đêm khuya chặt đầu cha ruột của mình vì cha là Quốc gia; một người con khác, quốc gia phiêu bồng, lính Biệt động quân, lúc hành quân về lại làng xóm xưa không nhận ra cha mình bị chặt đầu chết sình thối dưới mương. *Tất cả đều đoạn tuyệt tổ tiên* (truyện "Bạch hóa").

Một người chú tha hương nhiều năm, về thăm cô cháu gái đang là người tình bất đắc dĩ của một người lính viễn chinh trong một đồn lũy tại Đà Nẵng; cháu gặp chú mừng mừng tủi tủi gục đầu trên vai chú khóc than nỗi niềm; thình lình thằng Viễn chinh tống cửa xông vào, tưởng vợ ngoại tình, hắn xả phăng một loạt đạn M16, chú cháu ôm nhau chết ngọt (truyện "Kẻ ngoại lai").

Một anh sồn sồn đang sống trong nước non xã hội chủ nghĩa hạnh phúc tràn đìa như nước con kinh nước đen; sau 1975, bỗng một sáng anh lăn đùng ra chết, vì cái bệnh **đồng sàng dị mộng**; người nhà tẩm liệm – anh có tên là Trần Khương Bật – đặt vào áo quan; một ngày sau thằng chả lổm cổm bò dậy trong quan tài; mọi người cạy áo quan cho anh ta **sống lại**; *nhưng sống lại dở dở ương ương, nửa người nửa ma; vì có lệnh từ âm ty là được sống thêm trong **xã hội mới** thì phải Thôi Nói, thấy gì biết đó, không có quyền tham gia ý kiến; **phải câm, không câm cũng đành giả câm**; Nói ra thì hộc máu chết liền.* Vậy mà Khương Bật câm được hơn mười năm (chừng như 1987 thì phải) thì anh ta thể hiện cái quyền Được-Nói. Chết cũng Nói. Quả thực nói xong nỗi uất với con cháu anh ta hộc máu chết tươi trong đêm giao thừa, Xuân đang gõ cửa (truyện "Dị mộng").

Một cô Trinh xinh tươi tuổi hai mươi đã đứng ngay dưới vách núi hiểm nghèo của thực tế; một thằng cha Chiêu năn nỉ cô Cởi truồng cho xem để nó trả tiền; *nó muốn xem thần tượng không thông qua áo quần;* cô Trinh run sợ, cô quay lại gặp Bắt Quỷ; Thằng Bắt Quỷ khuyên cô *nên hóa trang thành con mẹ cùi để dễ bề đi xin ăn.* Cuối cùng cô Trinh chết giữa sức ép một bên là *Nghệ thuật vị nghệ thuật Cởi truồng,* bên kia là *Nghệ thuật vị nhân sinh Ăn mày* (truyện "Thằng Bắt Quỷ").

Trong văn chương của tôi đầy rẫy những cái chết kịch liệt điện ảnh. Có truyện ngắn đến những ba bốn cái chết như là... xung phong thọ nạn. Quả là hơn 40 năm viết lách là 40 năm đi sưu tầm cái, kiểu, mùi, tình cảnh, của cái/xác Chết... để làm nền cho hy vọng.

Một nữ độc giả đã than văn:

"Làm cái chi mà chết cùng trời cuối đất như rứa. Đọc văn mà chẳng thấy ái tình, chẳng có nụ cười, chỉ lạnh gáy vì não bộ nhức đau. Càng đọc càng như thấy mình chẳng còn cái quyền sống, cũng thấy mình... đáng/hoặc đang chết."

Tôi cười trừ, *"Thì có ai thực là Sống nơi này đâu. Phải thay nhau chết, để tìm cái Được-gọi-là-sống chứ."*

Cái Chết thì cầm chắc rồi. Chẳng ai từ chối được món quà tặng không phát lần thứ hai này. Cái còn lại là:

"Chúng ta không lên tiếng được thì nhờ cái Chết lên tiếng."

Kể cả chết rồi – như nhân vật Trần Khương Bật của "Dị mộng" – mà cũng cố thức giấc ngay trong áo quan, ***Thà Được Nói rồi hộc máu cũng đành.***

Thà Nói rồi Chết tiếp. Như Nàng Bóng đã yên trong mồ cũng "thức giấc báo tin".

Trong một chế độ mà người Sống nơi này phải im re như gỗ đá, thì chế độ ấy phải nhận hậu quả từ đồng loạt những cái Chết phát biểu. Đó là giờ phán quyết của lịch sử.

Muốn biết thời điểm giờ phán quyết này thì hỏi Bóng. Bóng biết rất rõ chu kỳ suy kiệt, phục hưng của tương lai Việt. Bóng là cái Hồn Việt khoan dung, giàu nhân ái. Bóng còn đây, chưa hề tan trong hư vô.

Đặng Thơ Thơ: *Xin anh cho biết những trường phái, hoặc những nhà văn đã ảnh hưởng đến bút pháp/ nghệ thuật văn chương của anh.*

Cung Tích Biền: Tôi chỉ quan tâm tới tư tưởng, không chú trọng trường phái – nói riêng về hình thức. Tôi lắng nghe **Hồn của Chữ**, còn **Xác chữ** thì thể hiện dưới dạng nào cũng được.

Tôi đọc rất nhiều, thượng vàng hạ cám, và mê rất nhiều tác giả tiêu biểu trong nền triết học, tư tưởng, và văn chương nghệ thuật Đông-Tây. Về mức độ ảnh hưởng? Trong ý thức của tôi là "tự quyết" khi sáng tác. Nhưng khách quan mà nói – có thể từ vô thức, hoặc tiềm thức, hoặc cái tâm thức bí ẩn vì đã chịu rất nhiều ảnh hưởng từ mọi nền triết học nghệ thuật, mọi tinh hoa. Tôi chẳng thể nào thiếu chân thật là mình không hề bị ảnh hưởng ai, ít ra về bút pháp, nghệ thuật phối tác.

Tôi xin được đa tạ tất cả những Nguồn Ngữ, những biển cả tư tưởng, mà tiền nhân, những bậc tài năng, đã cho tôi thụ hưởng. Để tôi cưu mang và tái hiện, truyền đạt, trong một giới hạn và nhỏ bé riêng mình.

Đặng Thơ Thơ: *Bây giờ thì anh có thể rảnh rang trả lời câu hỏi thứ nhất như anh đã hứa từ đầu bài phỏng vấn chứ? Xin được nhắc lại câu hỏi để độc giả dễ theo dõi:*

"...Anh đã thành danh từ lâu trước 1975, càng về sau viết càng mạnh hơn, tư tưởng và bút lực càng sắc sảo hơn. Nhưng lại rất ít những nhận định hay khảo cứu chuyên sâu về văn chương Cung Tích Biền, ngay cả trong những tài liệu văn học sử cũng vậy.

Trong các tập hợp người viết trước 75, anh có vẻ là một nhà văn độc lập không thuộc hẳn về một nhóm sáng tác hay tạp chí nào. Có phải đây là lý do?"

Cung Tích Biền: Từ tuổi trưởng thành, tôi được ảnh hưởng cách sống và lời dạy của cha tôi. Là hãy cố gắng sống làm sao cho đạt cái Vô Danh. Đây là một cái Đạo. Đến nay, ngoài 70 tuổi, tôi không theo được lời cha dạy. Lại cực nguy hiểm dưới bóng mặt trời, là tôi đã sống không đạt cái Đạo Vô Danh mà, hệ lụy vì Hư danh.

Sống giữa đời, mỗi người phải có một cái nghề. Quái, tôi không đi làm thợ mộc, thợ cày mà lại đi viết văn. Tôi cũng có được phần tí chút cái chân thiện của người thợ cày thợ cưa. Nhưng thua xa những người này, vì họ vừa thật sự chân thiện lại vừa không phát biểu gì về chân thiện, về lương tri, trên luống cày, trong tiếng hò cưa.

Bao năm Viết, giấy mực dương danh những nghệ thuật, tư tưởng, đạo lý, lương tri. Vừa dương danh, vừa tưởng rằng mình có nhiệm vụ, có thiên chức phải dương danh. Những cái "Tưởng" này đã hủy hoại, và tàn phá toàn triệt cái Tôi, mà tôi có thể tránh đi nếu không cầm bút.

Tôi thực tình mà nói, không hề là hối hận, bởi vì rủi ro số phận này quá lớn, phủ trùm sự hối hận hay hối lỗi. Nó là cái định đặt từ Hố thẳm trí tuệ.

Hằng bao người đã đeo mề đay chỗ hư danh này, không loại trừ nhiều lĩnh vực ngoài văn chương, không loại trừ cái được gọi là sáng ngời chân lý. Một mặt mề đay rực sắc màu dương danh ra ngoài, một mặt trái xám thô, rất âm thầm quay vào ngực, hướng vào chỗ trái tim máu. Để làm gì? Để chờ ngày phán xét, chờ cái phút giây đốn ngộ, chờ một cái bình thường nhưng cấp thiết nhất, là Nhìn Lại.

Giữa dòng cuồng lan của hôm nay, sự Phản tỉnh đã phần nào bị lãng quên.

Về nghiệp dĩ một đời đeo nặng, tôi có một chút kinh nghiệm. Là văn chương nghệ thuật không hề có Hay hoặc Dở, không Cũ và Mới, không có tác phẩm vĩ đại hoặc lời ngẫu nhĩ tép riu. Một câu danh ngôn có khi dạy người hơn một tiểu thuyết nghìn trang. Mà văn chương chỉ có, chỉ là, cái Mở ra và Đóng lại. Chỉ có Đương đầu hoặc Thỏa hiệp. Chỉ có phá phách đào bới, tới Máu và Mùi, tới Xương tàn và lăng tẩm. Hoặc hàn gắn, lấp đầy, làm lành. Có những lấp đầy hư ảo. Cả những lấp đầy bằng thứ ngôn ngữ rặt mùi lừa đảo, thừa mứa cái ngon ngọt của lưu manh chính trị.

Từ chỗ "cầu tre lắt lẻo" này mà ác liệt tạo ra cái lố lăng lẫn tai nạn nghề nghiệp.

Đặng Thơ Thơ: *Xin phép được ngắt lời anh nơi đây. Mong anh chia xẻ thêm với độc giả về những "tai nạn nghề nghiệp" này. Chúng có tác động gì đến chuyện phổ biến sáng tác của anh?*

Cung Tích Biền: Có vài tai nạn, rất nên quên, nhưng tôi phải nhắc lại vì câu hỏi này:

Những năm cuối 90 thế kỷ trước, chế độ cộng sản tại các nước XHCN Đông Âu và Liên Xô lần lượt quy tiên (bất cứ cái chết nào cũng mong nó lên tiên), văn nghệ trong nước có chuyển động. Được tạm cởi trói. Nhưng cái dây xích tháo ra chỗ tay cầm viết lại được đặt ngay chỗ bước chân đi.

Tạp chí *Sông Hương* lúc ấy, có đăng cái truyện ngắn "Qua sông" của tôi – truyện này sau được dịch sang Pháp ngữ, *En Traversant le fleuve*, đăng trên Tạp san văn chương *Les Serpents A Plumes*, phát hành tại Paris, 1994.

Đăng trên *Sông Hương*? Là xuất hiện trong nước! Vì tôi quan niệm rằng bất cứ đâu, nếu có điều kiện thể hiện được chút tự do tư tưởng thì xuất hiện ngay, miễn là anh viết như thế nào. Ngay bây giờ, trong nước, nếu có một thời cơ nào tạo mở tự do ngôn luận, tôi sẽ xuất hiện ngay.

Sau khi "Qua sông" vừa đăng tải, tức khắc tuyên huấn tỉnh Thừa Thiên – Huế có ngay một cái văn thư gởi Tạp chí *Sông Hương* phê phán tiêu cực. Nội dung văn thư có một đoạn phân tích "Qua sông", và kết luận đây là, ***một truyện ẩn dụ với một giọng văn sâu kín và cực kỳ phản động của tên Cung Tích Biền, nhà văn Ngụy, một tên Việt gian*** (tôi nhắc lại, trong văn thư có rõ ràng cái từ Việt gian gắn liền với bút hiệu tôi). *Tên Việt gian này viết để tiếp tay cho bọn chống cộng hiện đang hô hào Phong trào chuyển lửa về quê nhà, vận động diễn biến hòa bình, từ nước ngoài.* (cái văn thư này do anh Th. Ph. đại diện báo *Sông Hương* tại Sàigòn thưở đó đã cho tôi xem)

Một thời gian sau, (1991) tạp chí *Mỹ Thuật Thời Nay* (Sàigòn) có đăng truyện ngắn "Vỡ hoang trước bình minh" của tôi. Nội dung truyện khá đơn giản. "*Thì rằng là sau tiệc cưới, đêm động phòng hoa chúc thay vì phải ái ân, thì chàng rể đang say túy lúy, mê man ngủ. Cô dâu nằm trống toác trong đêm mơ hoang; và cô đã mộng thấy mình say đắm với một chàng trai hào hoa. Tất cả chỉ là mộng nhưng cô cực kỳ lạc thú, và thực tế là của mình cô ướt đẫm nhựa tình. Sáng thức dậy, nhìn chồng mới cưới, cô rùng mình. Không phải vì hối hận đã ngoại tình trong mộng, mà cô chán chê cái đang hiện thực trước mặt, chồng ơi, một cái xác phàm tâm thường, mồm còn ứa ra cái thối thum thủm của tiệc rượu chiều qua.*"

Chuyện chỉ có thế, đương nhiên là văn phong rất trong sáng. Nhưng tức khắc anh P.M.H – thư ký tòa soạn *Mỹ Thuật Thời Nay* – bị tai ương. Anh nhận ngay một lá thư tay của thầy giáo Vũ Hạnh – vì tôi có học mấy giờ Việt văn với ông; ngay sau đó là đổi sang học thầy Nguyên Phu, trong trường mái tranh vách lá, thời chín năm Kháng chiến; dù nửa chữ, bao chục năm nay, tôi vẫn luôn gọi ông là "thầy".

Nội dung thư tay gởi anh P.M.H, thầy Chửi Vũ Hạnh, xát muối cái truyện "Vỡ hoang trước bình minh" thậm tệ. Nào là, *"Cái thằng sĩ quan Ngụy này dựng hình tượng ẩn dụ phủ nhận hiện thực quang vinh, để chống Đảng ta. Cung Tích Biền là một hoàng hôn, một chút hơi tàn phản động của văn học ngụy quân ngụy quyền rơi sót chứ bình minh nỗi gì"* – anh P.M.H thuở đó, đã cho tôi xem cái thư này.

Tôi chỉ ung dung đọc qua, xem chúng như lá rụng ven đường. Không chủ tâm lưu giữ cái văn bản cùng cái thư trên làm gì.

Trên đây là danh dự làm Việt gian. Còn sau đây là cái bằng khen làm Việt cộng:

Năm 2001, nhà xuất bản Kim Đồng, Hà Nội, có xuất bản một tuyển tập (4 quyển) khá đồ sộ. Tuyển tập có tên *Truyện ngắn Việt Nam thế kỷ*

XX, ác nhơn trong đó có truyện "Thằng Bắt Quỷ" của tôi ở ngay tập 1. Tức thì trên một tạp chí *văn học tương đối đứng đắn ở* hải ngoại có ngay một bài điểm mặt. Rằng, "*tập 1 này là ưu tiên tập hợp những tên bồi bút đảng viên CS, cùng những nhà văn tay sai Việt cộng nằm vùng*".

Thật ra, nhà xuất bản Kim Đồng không hề hỏi ý kiến tác giả, đã tự động chọn truyện của tôi, đã từng đăng trên báo trước đó, mà in vào tuyển tập. Tôi không hay biết gì. Mãi nhiều tháng sau, anh Ng.Đ.N đại diện nhà xuất bản, mới gặp tôi, vui vẻ tặng sách và trả tiền nhuận bút đàng hoàng.

Trong một thời, ở hoàn cảnh Việt Nam, văn chương chữ nghĩa đã phần nào tự hủy cái phẩm giá cao quý của mình. Do áp đặt, sợ hãi, chia rẽ, từ mặc cảm tự ti, hay từ vỗ ngực tự tôn, từ những góc nhìn ý thức hệ chính trị cùng thái độ "phò chính thống", do cực đoan; và do đời sống người cầm bút thường trực bị vây khốn bởi nhiều ràng buộc xem ra hiểm nguy; thì không những nhà văn, mà một nhà phê bình khi cầm bút, họ phải tự hiểu mình đứng nơi đâu trong cõi Toàn Chuông này.

Khen bằng lời nói khi trà dư tửu hậu, rằng "*Truyện anh viết cực hay, anh là thiên tài viết truyện ngắn*", "*Thằng đó ngó vậy mà nó viết số một*". Vui thôi, chỗ lời nói gió bay. Nhưng khi cầm bút phê bình, "viết về một ai đó", thậm chí một sơ sài điểm tin điểm sách như loan một tin xe cán chó, "nhà phê bình" phải nhất thiết coi lại, cân nhắc kỹ lưỡng. Cái Lợi đâu bao nhiêu mà cái Lụy là thiên trùng.

Trong một thời đại tiếng súng trận đã vắng im, nhưng con người vẫn tiếp tục "Chết" bởi lời nói, dư luận, vì văn chương chữ nghĩa, không phải là ít. Không chỉ chết ngáp chết đứng tại Hà Nội Sàigòn, mà có thể chết dập não ngay dưới gầm trời thừa mứa tự do California. Vậy nên tốt nhất là cẩn trọng. Đừng động tới "Nó" là thượng sách.

Đặng Thơ Thơ: *Cám ơn anh đã chia sẻ với Da Màu và độc giả những kinh nghiệm kể trên. Anh nghĩ sao về nhận định cho rằng anh giữ một thế đứng độc lập không thuộc về một nhóm sáng tác hay khuynh hướng nào. Và trong đời thường thì sao?*

Cung Tích Biền: Xin thưa, tôi là một nhà văn Độc lập. Không là do hoàn cảnh đẩy đưa, mà đây là ***một chủ đích, có ý thức sáng suốt và xuyên suốt trong trọn cuộc đời cầm bút của tôi***. Nó là nguồn cội, tạo mở con đường tự tại, an nhiên, tự do trong sáng tạo, và có điều kiện để ẩn mình. Là cách thế hữu hiệu, để phần nào tránh ô nhiễm.

Đúng ra là tôi **tự cô lập**. *Với nhiều nhà văn đây là một cách xử thế không cần thiết, lại khá hiếm* *nguy cho bản thân – trong một xứ Toàn-Chuồng nếu thiếu tính bầy đàn thì khó sống.*

Xin tạm kể tuần tự *cái sự khó sống* của tôi như sau:

- **Một**, từ trước 1975, dù đủ điều kiện nhưng tôi không gia nhập Hội Văn Bút – PEN Club – của Việt Nam Cộng Hòa, mặc dù đây là một hội đoàn danh giá, một chỗ đứng an toàn với nhiều ưu ái, sự giao lưu, nhất là việc phổ biến và bảo vệ tác phẩm cũng như quyền lợi của người cầm bút.

- **Hai**, là một sĩ quan nhưng tôi không là Hội viên Hội Nhà văn Quân đội VNCH – dù có một lần về xem Đại hội, rất vui và rất tình.

- **Ba**, sau 1975, tôi chưa hề là hội viên của bất cứ hội Nhà văn nào từ địa phương đến trung ương của chế độ mới, mặc dù có lúc tôi được vận động để vào Hội. Một số anh chị em cầm bút cũ – Miền Nam trước 1975 – cũng được vận động như thế. Có người vào Hội, có bề an thân.

Về những sự vụ khác, nhuốm màu thời sự, của tôi là như vầy:

- Cũng như hầu hết các văn nghệ sĩ còn lại, sau tháng Tư 1975, ngoài học tập cải tạo về phía sĩ quan đã giải ngũ, tôi phải học tập khóa Chính trị và Nghiệp vụ - dân sự - của chính quyền mới, do Ban Tuyên huấn Thành ủy chủ đạo.

Đông lắm, anh chị em văn nghệ sĩ mọi ngành nghệ thuật được lệnh gom tất vào đây nghe giảng đường lối. Tất cả là ba khóa. Không hiểu làm sao các nhà văn nhà thơ lúc này đông vô số kể. Một anh cà mèng, xưa kia trót làm một bài thơ ca ngợi "ấp chiến lược" thời cụ Ngô Đình Diệm, bây giờ cũng phải vào đây chịu cải tạo.

Về sau, sau các khóa học, anh chị em lần lượt người vượt biên, người đi tù, người sống lây lất qua ngày. Một số đông anh em trong chúng tôi thất nghiệp, chán đời, thì thỉnh thoảng tụ hội chỗ quán bia hơi ngay trong sân Hội Văn nghệ – tiền thân của cái quán bia vĩ đại, bát ngát lời ra tiếng vào, thượng vàng hạ cám, tại số 81 Trần Quốc Thảo hiện nay. Thời đó của chúng tôi là để tán gẫu, kể chuyện tiếu lâm, cho qua ngày; đa phần có khuynh hướng vô chính phủ.

Cũng cần nói cho rõ, cái Hội Văn nghệ mà anh em hay lui tới thời ấy, là một nơi có tính "mặt trận" – có thể chỉ là đối với đám tàn quân chúng tôi. Không có khắt khe kỷ luật, không có thẻ hội viên như các hội đoàn khác. Không có hội họp thường kỳ, hay quy chế gì ráo.

Ngày ngày không công ăn việc làm thì chôm đồ nhà ra chợ trời bán, rồi vào đây đánh bóng bàn, uống cà phê, bia bọt – giá rẻ hơn ở ngoài rất nhiều.

Vừa chịu đựng vừa chờ thời. Thời, là có dịp thì bôn đào. Hơn vài ba chục anh em mà tôi quen biết hồi ấy, sau này vượt biên, hoặc đi đoàn tụ gia đình, bây giờ đang ở nước ngoài, cũng đã từng thường ngày tới đây uống bia nói trạng cho khuây khỏa. Đương nhiên, nhà nước – công an – có nhiệt liệt theo dõi, nhưng cũng hàm ý cho một chỗ làm cái "lỗ thông hơi thời thế". Cho "tụi nó" bớt vượt biên.

- **Bốn**, để giữ vị thế độc lập, về nghề nghiệp, trong bao năm, tôi chủ tâm làm *"một người viết bình thường"*, không mơ tưởng, cũng không hề là cố vấn, chủ báo, chủ biên, tổng biên tập, tổng thư ký, thư ký tòa soạn, ban chấp hành, hay thậm chí quản lý trị sự, đại diện báo, làm chi nhánh phát hành, cho bất cứ một tờ báo, tạp chí, tập san nào.

Viết hằng chục tờ báo, tôi luôn chỉ là một cộng tác viên bình thường, không nằm trong bộ sậu có quyền uy/ quyền lợi, không là thành phần trụ cột của bất cứ một tòa soạn nào. Vài tờ báo cũng phát cho tôi cái thẻ báo chí. Nhưng tôi cố gắng tối đa hạn chế sự hội họp, hội đoàn.

- **Năm**, với bút hiệu Cung Tích Biền, tôi chưa lúc nào gởi bài, truyện, để dự thi bất cứ một giải thưởng lớn nhỏ nào.

Tôi chưa từng chủ xướng một trường phái, trào lưu, hay một nhóm thi văn đoàn, đàm trường văn chương nghệ thuật nào.

- **Sáu**, tác phẩm tôi in ra, là đơn độc, không quyển nào có cái Tựa giới thiệu của một vị đàn anh, hay lời Bạt của bạn bè. Không có lễ lạc bất cứ lớn nhỏ nơi đâu, để mừng vui ra mắt tác phẩm mới. Không có trò giao lưu với độc giả. Ai thấy **hắn viết đọc được thì đọc.**

- **Bảy**, về bạn văn, tôi không có đầu tư, thân thiện kết hợp với bất cứ một ai làm bạn văn nghệ thiết cốt, một nhóm chí tình sống chết có nhau, để *ngợi khen nhau, hoặc để yểm trợ nhau khi "trái chữ trở mùa". Để nã đạn cứu bồ.*

Tôi sống đơn lẻ, và chết e rằng lẻ loi.

- **Tám**, với người đi sau, tôi chưa bao giờ thấy giữa trời đất thơ mộng bao la này có một sợi heo may nào báo hiệu tôi phải *có trách nhiệm tạo dựng một lớp người viết trẻ, để lãnh đạo, để mình làm đàn anh, phỏng tạo cơ hội cho "xấp nhỏ" kế thừa.*

- **Chín**, trong giao tế, tôi cố giữ một khoảng cách xã hội. Tôi có rất đông bạn bè, nhưng tuyệt đối không có tri âm tri kỷ. *Không muốn mình là phiên bản của ai và ngược lại. Thà là thù địch, mà nhận rõ chân thù nghịch.*

- **Mười**, tôi sinh trưởng trong một gia đình ông bà cha mẹ đã dạy dỗ đầy đủ về lễ nghĩa quan hôn tang tế, về tương trợ tiền bạc, thăm viếng cứu giúp lúc bạn bè nghèo khó ốm đau, tận tụy tiễn đưa người đến nghĩa địa. Tôi cố gắng làm tròn nhân nghĩa này với rất nhiều anh em. *Nhưng tôi hạn chế tận cùng quan hệ, không với riêng bạn hữu, mà ngay cả bà con cháu chắt.*

Con cháu không cần thăm viếng gì. Lớn rồi thì tìm trời mà bay nhảy. *Trở thành Tây, thành Mỹ, thành tiên, hay đảng viên, ma cô đĩ ngựa, sida ma túy, thì tùy.*

- **Mười một**, tôi triệt tiêu ý niệm đồng hương, đồng môn, đồng đảng. Tôi không hề là đảng viên bất cứ một đảng phái chính trị nào, Cộng sản, Cần lao Nhân vị, Dân chủ, Quốc Dân đảng, Đại Việt...

Tôi chẳng là hội viên hội cựu học sinh, sinh viên nào, chẳng là cựu đồng khóa sĩ quan, hay cựu công chức, hưu trí gì ráo.

- **Mười hai**, cũng ác nhơn, trốn đâu thoát trong cuộc chơi huynh đệ. Xuân thu nhị kỳ cũng tiệm này quán nọ lai rai. Anh em thỉnh thoảng gọi nhau, vì đời còn hóm hỉnh, ba trợn. Nhưng tôi chỉ rất mực túy lúy tương giao chỗ hàng quán, thân ái nơi bờ sông, cồn cỏ chiều chiều, hoặc nghe một vài bản nhạc khiêu vũ về khuya... Rồi thôi. *Ngoài quán xá, tôi rất hiếm khi đến uống ăn ở nhà bạn hữu.*

- **Mười ba**, ngày Tết nhứt tôi chẳng bao giờ tới mừng xuân nhà ai. Và đương nhiên mình chẳng có tiếp ai – ngoài tiếp bất đắc dĩ vài ông bà sui gia.

Bao chục năm qua, bạn bè trong cũng như ngoài nước, nếu quý anh chị nhớ lại – trừ vài trường hợp hiếm hoi – quý vị sẽ nhận ra rằng, *chưa một lần các vị nhận của tôi một cái thiệp chúc Tết* nào. Và đương nhiên quý vị cũng chẳng bao giờ tốn vì tôi một cái thiệp xuân.

- **Mười bốn**, trong hầu hết bạn bè, trước kia cũng như anh chị em đông đúc bây giờ, tôi không hề biết rõ vợ con nhà cửa, địa chỉ người ta nơi đâu. Rất hạn chế thư từ. Bây giờ thì – xuân thu nhị kỳ một năm nhiều lắm vài lần nếu có chi cần thiết – thì cái e-mail, rất ít lời, mà thôi.

Trừ vài hiếm hoi lúc bạn bè ốm đau – sắp hui nhị tỳ – ngoài ra tôi tuyệt không bước chân tới thăm nhà bất cứ một nhà nào.

Tôi cũng là người ưa đi đó đây, ngao du phiêu bạt, chè chén lưu linh nhưng chỉ gặp người nhau chỗ ngã ba ngã bảy, không cùng đồng chí, đồng hương, đồng môn, đồng nghiệp, không cùng hội nhà văn, thi văn đoàn nào cả, dù trên một con đường, dù một đoạn đường tâm sự.

"Xin chào nhau giữa con đường,

mùa xuân phía trước miên trường phía sau"

(Bùi Giáng)

Tất cả những cái KHÔNG trên đây là ý thức có thật, một thái độ cần trường kỳ thử thách. Nhưng tôi phải an nhiên để bước qua cái rào chắn vô hình. Phải ngậm đắng nuốt cay để "**Ngồi được cái chỗ của riêng mình.**"

Đây là một Độc lập, thu hẹp trong ý nghĩa **tự cô lập** khá nguy hiểm. Và, **chẳng có gì đáng khen ngợi.**

- **Mười lăm**, trong văn chương – cho tới hôm nay – tôi lại rất hiếm nói lên chuyện nhà cửa, đời riêng, kỷ niệm bạn bè, nỗi vui buồn từng trải – trừ vài bài phỏng vấn, cần phải trả lời như thế này.

Trong tất cả sáng tác của tôi bấy nay, tôi không có cái tạng kể, tự sự "chuyện chúng mình".

Tôi nói cái bao la vô bổ. Cái hư tưởng. Tôi viết cái người ta không cần biết đến. Nhưng có thể, theo tôi, *đó là cái lối ngõ mà văn chương tôi cần.* Tôi theo con nước ngược.

- **Mười sáu**, nhiều anh em cho rằng tôi có cuộc sống khó hiểu, nhiều bí ẩn. Nên ngăn cách giữa tôi với mọi người càng mở rộng. Sự liên thông tin tức về tôi càng lạc nguồn. Sự ngộ nhận càng được mùa bồi đắp. Và sự nguy hiểm luôn rình rập tôi.

Trong dằn dặt mấy mươi năm tôi không hề có một dòng nào để thanh minh những hiểu lầm, ngộ nhận mà đời gieo rắc, vu oan cho tôi, trừ bài phỏng vấn tôi trả lời Lý Đợi – *Talawas* tháng Hai 2007. Và, lai rai trong bài phỏng vấn này.

Đây là một thiệt thòi. Nhưng là một bí ẩn cần dành dụm.

Đây là một cơn lạnh lùng. Nhưng không là tiếng thở dài.

Nó là rất mực cần thiết đối với tôi. Hữu danh là phù phiếm. Mà Vô Danh là cái Đạo cả đời khó thực hiện.

Đặng Thơ Thơ: *"**Một bí ẩn cần dành dụm**", cách nói này rất hay nhưng e rằng thiệt thòi không những cho tác phẩm mà còn cho văn học nữa? Hiện giờ anh có nghĩ đến một nhà phê bình văn học nào, có sự đồng cảm đặc biệt, để nghiên cứu chuyên sâu toàn bộ tác phẩm của anh?*

Cung Tích Biền: Trong một nền văn chương nghệ thuật của bất cứ một dân tộc hay một cộng đồng ngôn ngữ nào, nhà văn viết ra tác phẩm cũng rất cần những nhà nghiên cứu, phê bình. Nhà văn được nhà nghiên cứu, phê bình, soi sáng những gì đã viết, là một nhà văn có diễm phúc.

Nhưng vẫn có những thời buổi cắc cớ. Có những nhà phê bình tầm cỡ, nghiêm chính, giàu lương tri, tuy rất hiếm, lại sớm ẩn dật, hoặc... chưa Ra Đời.

Lại có những nhà văn tài năng, tận hiến cho chữ nghĩa, vẫn thường trực cô đơn, phải thất vọng, vì phùng thời lai láng cái tầm thường. Chỗ chữ nghĩa chỉ lao xao cồng chiêng inh ỏi. Có những "Vật nổi" được tràn lan tức tốc ngợi ca, bèo bọt chỗ thời thượng. Lại có những "Vật chìm" đương thời không ai động tới, thậm chí bị lạnh gáy khi đọc; hoặc trái đường, hoặc chông gai cho bánh xe trơn tuột của Hệ thống.

Tôi vẫn hằng hy vọng "Đời" sau, hoặc sau nữa, những Lãng Quên hôm nay sẽ được Nhớ Lại. Nó mới là "Cái được vớt lên từ giếng sâu" từ Người-Tương-Lai, trong cái ánh sáng phục hồi, mới mẻ, tinh khôi và chân chính.

Đặng Thơ Thơ: *Câu hỏi cuối để tạm đóng lại đối thoại hôm nay, anh có cảm nghĩ gì về bài phỏng vấn này?*

Cung Tích Biền: Thú vị. Hơn năm mươi năm cầm bút tôi chưa gặp một bài phỏng vấn nào đặt ra những câu hỏi gợi cho tôi cảm hứng để trả lời như thế này. Những câu hỏi thiết thực, sâu sắc, đánh mạnh, xoay quanh những chủ đề văn chương nghệ thuật và hoàn cảnh sáng tác của tác giả. Nó không có những câu hỏi vớ vẩn vi vu, mục đích trơn tru thù tạc.

Thông qua nội dung các câu hỏi, tôi hiểu Ban Biên tập của Văn chương *Da Màu* và Đặng Thơ Thơ đã chịu đọc, và đọc rất kỹ những sáng tác của tôi trước khi cân nhắc và cẩn trọng đặt ra câu hỏi. Trân trọng cảm ơn Người Phỏng vấn và Ban biên tập Tạp chí Văn chương *Da Màu*.

Tôi xin hân hạnh gởi tới quý độc giả của *Văn chương Không Biên giới Da Màu* và quý cư dân mạng Lời chào thân ái và trân trọng.

Lời người phỏng vấn

Cuộc trò chuyện này xảy ra giữa Đồng Ông Cộ (Sàigòn) và Quận Cam (Nam California). Một cuộc trò chuyện mệt nghỉ, hết hơi, kiệt sức, hoa mắt, và gãy tay (vì gõ phím). Nhưng vô cùng hứng khởi! Vô cùng hào khí!

Mong rằng từ cuộc đối thoại này, song song với những nhận định và tiểu luận học thuật viết riêng cho chuyên đề để soi rọi văn chương/ hệ thống tư tưởng Cung Tích Biền; cùng những tác phẩm của nhà văn – đã, đang và sẽ còn được tiếp tục giới thiệu trên Da Màu *– chúng ta sẽ có một chân dung văn học Cung Tích Biền hoàn chỉnh.*

Cám ơn nhà văn Cung Tích Biền. Cám ơn Nhà Kinh-Luân tài tình đã "bạch hóa" cuộc đời, tư tưởng, những vết thương và những chiêm nghiệm của mình. Chúc anh đường văn chương thênh thang trên những nẻo Chính Danh.

Đặng Thơ Thơ

Chủ biên Số đặc biệt Văn chương
Cung Tích Biền tháng Ba 2008

CUNG TÍCH BIỀN
CON NGƯỜI, CUỘC ĐỜI
VÀ CÁC SÁNG TÁC

Mặc Lâm *thực hiện*[1]

Cung Tích Biền

(Ảnh: Cao Lĩnh, Sàigòn, 1973)

in trong *Những truyện ngắn hay nhất của quê hương chúng ta* (Sàigòn, 1974)

---

[1] Khoảng tháng Năm 2008, đài RFA có mở một chương trình phỏng vấn và đọc truyện của Cung Tích Biền (gồm 4 kỳ). Những truyện được đọc đều trong tập tân truyện *Xứ động vật*.

Cuộc phỏng vấn này được thực hiện điện đàm qua đường dây viễn liên từ nước ngoài về Đồng Ông Cộ, Việt Nam (CTB)

Cuộc phỏng vấn

Nhà văn Cung Tích Biền tên thật Trần Ngọc Thao, sinh năm 1937 tại Thăng Bình, Quảng Nam. Từ 1970 là giảng viên Trường Sĩ quan Hành chánh Sàigòn. Ông giải ngũ năm 1973 với cấp bậc đại úy. Sau đó làm Giáo sư thỉnh giảng Viện Đại học Cộng đồng Quảng Đà, Đà Nẵng.

Nhà văn Cung Tích Biền là một nhà văn độc lập. Ông có truyện và thơ đăng trên các báo từ năm 1958, với nhiều bút hiệu khác nhau lúc ban đầu như Chương Dương, Việt Điểu, Uyên Linh trước khi có bút hiệu Cung Tích Biền.

Bút hiệu Cung Tích Biền xuất hiện lần đầu tiên trên tuần báo *Nghệ Thuật* tháng Ba 1966 tại Sàigòn, với truyện ngắn "Ngoại Ô, Dĩ An và Linh hồn tôi".

Nhanh chóng có truyện đăng trên hầu hết các nhật báo, tuần báo, tập san văn học nghệ thuật có giá trị, trước và sau 1975, trong và ngoài nước. Cung Tích Biền đang sống tại Đồng Ông Cộ, Sàigòn, Việt Nam

Cuộc đời thay đổi

Trong câu chuyện với chúng tôi ngày hôm nay, nhà văn cho biết hoàn cảnh sống của ông trong lúc này, tức là sau hơn ba mươi năm sau ngày 30 tháng Tư:

Cung Tích Biền: Tôi thường có cuộc sống khá bản lĩnh, cho nên tôi luôn bình tĩnh trước mọi việc, dù đó là cái ám ảnh, những sự khốn nạn, ngay cả bệnh hoạn như trong tình trạng tôi đang bị ung thư bây giờ chẳng hạn; tôi có sự chế ngự riêng. Có lẽ về mặt tâm linh tôi cũng khá tốt.

Mặc Lâm: Thưa ông, xin được phép chia sẻ với nhà văn những khó khăn mà ông gặp trong đời sống hàng ngày từ nhiều năm qua. Chúng tôi cũng xin cảm ơn ông tuy rằng rất là khó khăn song vẫn chấp nhận nói chuyện với chúng tôi trong chương trình Văn Học Nghệ Thuật ngày hôm nay.

Thưa ông, với những khó khăn này thì làm cách nào mà ông và gia đình có thể vượt qua được khi ông chấp nhận tiếp tục cầm viết trong chế độ không cho phép xuất bản tác phẩm của mình?

Cung Tích Biền: Nói về sự khốn khổ ở đây thì vô cùng! Khốn khổ về vật chất thì tôi đã từng dạy các con tôi phải chịu đựng, sống với khốn nạn. Cả nhà tôi cũng một dạ như vậy thôi. Cái khổ đó với chuyện đời nó cũng bình thường thôi. Có điều, cái mà nó dằn vặt về trí não, về tâm linh, cái thất vọng về mặt tư tưởng, cái đó mới đáng làm cho mình bận tâm, anh ạ. Sau 75 thì hoàn toàn có cái gì như đổ vỡ và tuyệt vọng!

"Nói về sự khốn khổ ở đây thì vô cùng! Khốn khổ về vật chất thì tôi đã từng dạy các con tôi phải chịu đựng, sống với khốn nạn, cả nhà tôi cũng một dạ như vậy thôi". (Phóng viên Mặc Lâm trích để nhấn mạnh).

Mặc Lâm: Được biết là ông đã có kinh nghiệm về giai đoạn chín năm trong vùng kháng chiến và cũng là người sau đó có mặt tại Miền Nam với một vị trí khá cao là giảng viên của Trường Sĩ quan Hành chánh Sàigòn. Ông có so sánh gì về hai hoàn cảnh sống khác nhau này ạ?

Cung Tích Biền: Tôi đã từng sống chín năm trong vùng Kháng chiến và chính trong thời kháng chiến tôi cũng đi đánh đàn ca hát, sống trong cái tâm trạng vui sống của tuổi trẻ. Nhưng về sau này nhìn lại tôi thấy nó như một giấc mộng. Thành ra tôi ở cái ranh giới *Khó Về* lắm, chứ không phải tôi sống hoàn toàn *thanh thản* sau này trong vùng Quốc gia.

Sống trong vùng Quốc gia tôi vừa trưởng thành vừa được dịp đi học, được mở rộng. Được học thì mình được tiếp cận với một thế giới khác hơn.

Cuộc nội chiến bắt đầu tôi lại lâm vào đó. Tôi phải đi lính trong quân đội Cộng hòa. Mình phải tham dự vào những chuyện lưng chừng, gọi là lý tưởng cũng không hoàn toàn là của lý tưởng, thất vọng cũng không phải là thất vọng. Bởi hồi đó chính quyền Miền Nam có cái dung dưỡng được mình, được sống trong một môi trường tương đối tự do: tự do viết, tự do sáng tạo, tự do in ấn.

Rồi ngay trong đời sống quân đội, dù có đi lính chăng nữa cũng có cái thoải mái của quân đội. Thật sự chế độ cũ cũng có cái *sai trái* mà có lẽ mình *không nên bàn qua cãi lại làm gì*, vì anh em cũ họ cũng có thấy cái đó. Anh em ở chiến trường họ thấy những cái vướng mắc, những u bướu trong một chế độ, chứ thật sự 20 năm, 21 năm Miền Nam cũng có cái rất vui, có những hạnh ngộ, lẫn những đau buồn.

Mặc Lâm: Trong tác phẩm mang tên "Bạch hóa" ông đã chia sẻ rất nhiều những cảm nhận sau khi hòa bình lập lại, tức là năm 75. Cho tới nay thì những nhận định này có thay đổi ít nhiều gì do hoàn cảnh xã hội hay không, thưa ông?

Cung Tích Biền: Tôi luôn luôn nghĩ, cũng như anh em hồi đó sống trong khói lửa, ai cũng mơ ước một đất nước thống nhất và hoà bình. Đó là cái giấc mơ chung, ước mơ chung, bởi vì thật sự không ai kham nổi cuộc chiến mà nó vượt sự phi lý, một cuộc nội chiến khó giải thích về cái điểm vô luân của nó như tôi viết trong "Bạch hoá".

Thành ra cái khao khát thật sự hồi đó là mong được hoà bình và đất nước thống nhất, rồi sau đó cái gì *đến, như thế nào*, sẽ tính sau. Bên nào kết thúc cũng được, nhưng mà phải ngưng tiếng súng cho bớt đổ máu, cho hoà bình, đất nước một nhà.

Nhưng cái thống nhất một nhà này là do, là của Hà Nội chứ không phải của Sàigòn, thành ra chúng tôi lại gặp thêm một khổ nạn nữa. Bởi vì bất cứ ở đâu, *viện lý lẽ gì*, thì chúng tôi cũng là người trong hàng ngũ chiến bại, không đầu hàng cũng bắt buộc phải buông súng.

Mặc Lâm: Ông có thể cho biết những hoạt động viết lách của ông sau năm 1975 như thế nào không ạ?

Cung Tích Biền: Thời gian rất dài từ 1975 đến 1987, *mười hai năm*, tôi không viết lách gì cả. Tôi không viết lách gì, nhưng trong thời gian đó tôi cũng rất cẩn thận, là vì tôi *chưa* viết gì nữa chứ không phải là *đoạn tuyệt việc viết lách*.

"Thời gian rất dài từ 1975 đến 1987, mười hai năm, tôi không viết lách gì cả. Tôi không viết lách gì, nhưng trong thời gian đó tôi cũng rất cẩn thận, là vì tôi chưa viết gì nữa chứ không phải là đoạn tuyệt việc viết lách" (PV Mặc Lâm nhấn mạnh)

Cung Tích Biền: Riêng mình sống với chế độ mới, thực sự thời gian đó tôi cũng không viết, không xuất hiện gì cả.

Mãi mười hai năm sau, đến năm 1987 tôi mới viết lại. Và truyện đầu tiên tôi viết là "Dị mộng". Rồi sau truyện "Dị mộng" là "Qua sông", "Thằng Bắt Quỷ", một loạt đó được xuất hiện. Sau đó tập hợp thành tập truyện *Thằng Bắt Quỷ*, được Tạp chí *Hợp Lưu* và nhà Hồng Lĩnh xuất bản tại Hoa Kỳ, năm 1993.

Mặc Lâm: Như ông vừa trình bày là ông có vài tác phẩm xuất hiện trong giai đoạn sau năm 1987, vậy cơ quan nào nhận in ấn hoặc xuất bản cho ông những tác phẩm này, thưa ông?

Cung Tích Biền: Một phần lớn truyện của tôi như truyện "Qua sông", "Thằng Bắt Quỷ", "Dị mộng" đăng ngay tại Việt Nam. Nhưng mà có vấn đề. Là vì đăng rồi thì Ban Biên tập tạp chí *Sông Hương* với tạp chí *Cửa Việt* bị phê phán nặng lắm chứ không phải êm xuôi. Nhưng có điều đặc biệt là đến sau nhiều năm, bảy tám năm gì đó, thì nhà xuất bản Hà Nội họ mới in lại "Thằng Bắt Quỷ" trong *Truyện ngắn Việt Nam thế kỷ XX,* của Hà Nội chủ trương. Không biết tại sao họ lại lấy cái truyện đó họ in, và ai chọn in thì sau đó tôi mới biết anh à. Tôi không hề được thông báo về sự tuyển chọn này.

Mặc Lâm: Ông có biết gì về tin tức của những nhà văn đồng thời với ông như là Nguyễn Thụy Long hay Nguyễn Thị Hoàng... thì những người này đã được nhà nước đối xử với tác phẩm của họ như thế nào ạ?

Cung Tích Biền: Cái lớp cũ của chúng tôi còn lại ở trong nước có chị Nguyễn Thị Hoàng, anh Nguyễn Thụy Long, anh Dương Nghiễm Mậu. Anh Nguyễn Thụy Long có viết lại nhiều và đăng trên *Khởi Hành*, tôi có đọc một loạt truyện anh đăng trên *Khởi Hành* đó. Chị Nguyễn Thị Hoàng thì sau có viết lại, có in ở Việt Nam một tập dưới dạng gần như hồi ký, rồi sau đó không biết thế nào mà chị lại không viết nữa.

Đặc biệt anh Dương Nghiễm Mậu thì không viết gì cả, nhưng vừa rồi trong nước có in bốn tập truyện của anh, chắc anh cũng biết cái tình hình này. In ra thì cũng bị đánh lên đánh xuống vậy đó. Tóm lại lớp nhà văn cũ có người viết lại đăng ở ngoài, người viết lại rồi lại không viết tiếp, người yên lặng rồi được in lại sách, nhưng cuối cùng, nói chung theo "cái từ bây giờ" là *"luôn có vấn đề"*.

"Tức là cái lớp nhà văn cũ có người viết lại đăng ở ngoài, người viết lại rồi lại không viết tiếp, người yên lặng rồi được in lại sách, nhưng cuối cùng, nói chung theo "cái từ bây giờ" là "luôn có vấn đề". (PV Mặc Lâm nhấn mạnh)

Mặc Lâm: Còn các tác giả trẻ mà tiểu sử của họ không có vấn đề, nổi bật như Nguyễn Ngọc Tư chẳng hạn, thì ông nhận thấy ra sao, thưa ông?

Cung Tích Biền: Lớp anh em xuất hiện về sau này, tôi không có sự cần thiết để cập đến quý vị nhà văn nhà nước, tôi không dám để cập đến quý vị đó. Tuy nói không dám thế thôi, là tôi có một ẩn dụ chứ không phải là sợ đâu. Quý vị đó được nói tới nhiều quá thành thử tôi không cần thiết phải nhắc tới.

Tôi chỉ nói ra đây một vài, trong lớp trẻ cũng ở trong Hội Nhà văn, như Nguyễn Ngọc Tư, Trần Thùy Mai... Trội nhứt là Nguyễn Ngọc Tư. Nhà văn này người Nam, cỡ rất còn trẻ mà bút pháp sắc sảo, nói lên được một số tình hình xã hội ở trong nước. Nhưng khi sách Nguyễn Ngọc Tư lần đầu tiên được in ra cũng bị đánh lên đánh xuống. Tôi thấy đây là một tài năng.

Trong toàn cảnh này thì không có ngòi bút nào viết hết, viết rót lòng, rõ mặt Sự Thật đâu anh ạ, kể cả những tài năng lớn cũng không thể viết hết, bởi vì nó có nhiều cái giới hạn nhân quyền và tự do tư tưởng quá đi.

Mặc Lâm: Có một lớp trẻ khác đã chọn cho họ con đường đối kháng bằng ngòi bút với chế độ, thì ông có ý kiến gì không, thưa ông?

Cung Tích Biền: Các anh em trẻ như Nguyễn Viện, Trần Tiến Dũng, và nhóm của Bùi Chát, Lý Đợi tôi thấy là tiến bộ và thật sự họ có tài năng, cộng thêm với tài năng là họ khá can đảm.

Tất cả anh em đó sống trong nước này, thay vì các ảnh nghiêng người một chút thì sống ổn định hơn, nhưng các anh đó theo tôi thấy là tốt đấy, thẳng lưng lên để đi và đương đầu. Có những gì hiểm nguy xảy ra thì tính sau. Họ yêu chuộng tự do, dám viết. Thấy điều đó, tôi rất là mong.

Mặc Lâm: Xin cảm ơn Nhà văn.

**

RFA: Trong chương trình phát thanh kỳ tới mời quý thính giả tiếp tục theo dõi phần phân tích tác phẩm *Xứ động vật* của nhà văn Cung Tích Biền để biết thêm một phần xã hội Việt Nam trong thời gian hội nhập dưới ngòi bút sắc sảo và rất nhân bản của ông.

NHÀ VĂN CUNG TÍCH BIỀN GẶP GỠ NHÓM TRƯỚC MẶT

ANH EM VĂN NGHỆ MIỀN TRUNG

Tạp chí Trước Mặt

Lời ngoại chú của Cung Tích Biền

Từ mục đích phục hồi Văn học Miền Nam giai đoạn 1954 – 1975, từ hải ngoại (Hoa Kỳ) nhà văn Trần Hoài Thư, người chủ trương *Thư Quán Bản*

Thảo đã thực hiện một chủ đề *"Những tạp chí khó quên"*, số 39, tháng Mười 2009.

Trong số này có đề cập đến tạp chí *Trước Mặt*, qua việc cho đăng lại bài viết "Gặp gỡ anh em văn nghệ Miền Trung" của nhà văn Cung Tích Biền. Bài tường thuật này xuất hiện lần đầu tiên trên tạp chí *Khởi Hành*, số 28 năm 1969, với lời giới thiệu của Tòa soạn.

Kể từ khi bài viết xuất hiện trên tạp chí *Khởi Hành*, Sàigòn, đến khi in lại trong số 39 của *Thư Quán Bản Thảo*, tại hải ngoại, là đúng 40 năm.

Vừa đây, tháng Sáu 2013, *Thư Quán Bản Thảo* có ra số 56, chủ đề "Những vấn đề văn học Miền Nam thời chiến", một lần nữa in lại toàn bộ bài phỏng vấn này, như một tư liệu văn học cần ghi nhớ.

* * *

Tuần báo *Khởi Hành* (Sàigòn) là một chuyên san văn chương nghệ thuật, được xem như tiếp nối tuần báo *Nghệ Thuật*, vì do chính một người là nhà thơ Viên Linh làm Thư ký tòa soạn, cùng toàn bộ các tác gia trước từng cộng tác với *Nghệ Thuật* nay có mặt trên *Khởi Hành*. Chỉ khác, *Nghệ Thuật* là tạp chí dân sự do nhà văn Mai Thảo chủ trương, *Khởi Hành* là tờ báo quân đội do Trần Văn Trọng đứng tên chủ nhiệm. Đại tá Trần Văn Trọng chính là nhạc sĩ Anh Việt với tác phẩm *Bến Cũ* rất nổi tiếng một thời.

Tòa soạn *Khởi Hành*, trên đường Phạm Ngũ Lão, một đoạn đường có rất nhiều nhà in nhà xuất bản, phát hành sách báo cỡ lớn như Nguyễn Đình Vượng, Nam Cường, Sống Mới... cũng là nơi đặt tòa soạn của các tạp chí *Văn*, *Phổ Thông*, nhật báo *Hòa Bình*... đoạn đường "sầm uất chữ nghĩa" này chính là khu du lịch Tây Ba lô hiện nay.

Khởi Hành (1969 – 1973) gồm 156 số. Ngay số 1 (số ra mắt) *Khởi Hành* đăng truyện ngắn "Bạch hóa" của Cung Tích Biền. Năm 1974 "Bạch hóa" được chọn in trong Tuyển tập *Những truyện ngắn hay nhất của quê hương chúng ta* – Nhà xuất bản Sóng, Sàigòn 1974, sách dày 800 trang quy tụ hầu hết tác giả tên tuổi về truyện ngắn của Miền Nam.

Khởi Hành là tờ báo chính thức của Hội Văn Nghệ Sĩ Quân Đội VNCH, đại diện cho mọi binh chủng, với trên 700 hội viên, rất nhiều độc giả. Số ấn bản trung bình trên dưới 10.000 bản, phát hành rộng rãi khắp Miền Nam từ Bến Hải tới Cà Mau. Tuy là báo của Hội nhưng không biếu không cho ai, hội viên, quân nhân, người muốn đọc phải bỏ tiền ra mua.

Một biểu hiện của Tự do ngôn luận tại Việt Nam Cộng Hòa trước kia, là tạp chí *Khởi Hành* tuy thống thuộc vào Quân lực VNCH nhưng không hề bị áp lực chính trị, không bị ràng buộc phải phục vụ "tính chiến đấu", không mang "tính Đảng", sau cùng là không bị khống chế bởi quân kỷ cứng nhắc. Do vậy *Khởi Hành* là thuần văn chương nghệ thuật, như một tờ báo dân sự, nội dung phong phú; người cộng tác có quyền tự do sáng tác, ở mọi thể tài, kể cả vì nhân phận đã không tán dương cuộc chiến định mệnh mà họ chính là một người lính đang cầm súng ngoài mặt trận.

Khởi Hành kết hợp sự có mặt khá đẹp đẽ giữa các trí thức, các nhà văn gạo cội cùng vô số các cây viết trẻ tài năng. Phần lớn lớp trẻ này là quân nhân khắp các vùng chiến thuật, đời sống va chạm tử sinh, sôi nổi, bút pháp mới mẻ, chất liệu dồi dào. *Khởi Hành* là tuần báo chuyên văn học nghệ thuật duy nhất của miền Nam trong những năm đầu thập niên 70 thế kỷ trước. Các báo văn chương khác đều là nguyệt san, hoặc bán nguyệt san, như *Văn*, *Bách Khoa*, *Vấn Đề*...

***

Tạp chí *Trước Mặt* là một nguyệt san được phát hành đều đặn tại thị xã Quảng Ngãi vào những năm 60 thế kỷ trước, do một số văn nghệ sĩ Miền

Trung chủ trương, gồm: Phan Nhự Thức, Hà Nguyên Thạch, Đinh Hoàng Sa, Vương Thanh, Nghiêu Đề, Khắc Minh, Luân Hoán, Trần Ngọc Tấn, Lê Việt Nguyên, Nguyễn Nguyên Phương, Thành Tôn, Minh Đường, Đoàn Minh Hải...

Thị xã Quảng Ngãi là tỉnh lỵ của tỉnh Quảng Ngãi, thuộc Vùng I chiến thuật, nơi có Bản doanh của Bộ Tư lệnh Sư đoàn 2 Bộ binh. Nhóm anh em chủ trương *Trước Mặt* hầu hết là các sĩ quan tại ngũ, các giáo sư và công chức địa phương. Một số thuê phòng tại một khách sạn khá nổi tiếng bấy giờ là Trùng Khánh, thường tụ họp hằng ngày, nên nơi đây cũng là "tòa soạn" của Tạp chí.

Tuy rằng sinh hoạt tại địa phương, nhưng những nhà văn nhà thơ nơi đây là những người thường xuyên cộng tác bài vở với những tờ báo đứng đắn tại Sàigòn. Có tác phẩm thơ văn được in ấn và phát hành rộng rãi trên cả nước, đã hữu danh trên thi đàn Miền Nam. Với Luân Hoán, Đinh Hoàng Sa, Vương Thanh [tập truyện *Khu rừng mùa xuân]*, Hà Nguyên Thạch [tập thơ *Chân cầu sóng vỗ*, Thành Tôn [thi phẩm *Thắp tình*] , Phan Nhự Thức với *Đốt tuổi*.

Ngoài nhóm Trước Mặt, còn nhiều địa phương với các tạp chí đa dạng, giàu sức sống và quy tụ được rất nhiều những cây bút tài năng, như nhóm

Việt (Huế), *Ý Thức*, *Dựng Đất* (Nha Trang), *Cùng Khổ* (Đà Nẵng), *Thế Đứng* (lưu động), *Nhìn Mặt* (Tuy Hòa), *Biểu Tượng* (Cần Thơ) *Khai Phá* (Miền Tây)...

Cuộc gặp gỡ với nhóm *Trước Mặt* của chúng tôi chỉ là một nét chấm phá, một thảo luận bình thường như các cuộc gặp gỡ các nhóm khác, trong ước mong của chúng tôi là nhằm phác thảo một toàn bộ sinh hoạt văn học nghệ thuật ở các thành phố, các trung tâm sinh hoạt tỉnh lẻ của Việt Nam Cộng Hòa. Tiếc là vạn sự không như ý, cánh cửa Chết đã mở ra sau ngày 30-4-1975 đối với toàn thể Miền Nam.

Giờ đây những bè bạn cũ trong nhóm *Trước Mặt* người mất kẻ còn, lưu lạc tứ phương, xin một nén nhang tưởng nhớ những Phan Nhự Thức, Nghiêu Đề, Trần Ngọc Tấn, Phạm Đình Hiệu, Minh Đường, Lê Việt Nguyên, Đinh Hoàng Sa, Vương Thanh...

Cung Tích Biền

Gia Định, tháng Tư 2014

CUỘC TRÒ CHUYỆN [1969]

Lời Tòa soạn Tạp chí *Khởi Hành*

Như đã loan báo kỳ đầu tiên số 25, mỗi tuần Khởi Hành sẽ mở một cuộc "đối thoại" với một tác giả hay một nhóm anh em làm văn nghệ quy tụ trong cùng một tạp chí. Hai số trước, mục này phải gác lại vì cuộc phỏng vấn "Nghề văn, Truyện dài, Truyện ngắn" chiếm mất chỗ. Nay, Khởi Hành tiếp tục mục này với cuộc nói chuyện với anh em nhóm Trước Mặt ở Quảng Ngãi. Sau đó, Khởi Hành sẽ tiếp tục với tác giả khác, các nhóm anh em khác ở Sài gòn cũng như ở các địa phương khác, như ở Đà Nẵng, ở Huế, ở Nha Trang...

Đây là một hoạt động của Khởi Hành, nhằm phổ biến sinh hoạt các nơi, như có lần bổn báo TKTS viết trong mục Nhật Ký Văn Nghệ – nhân lần đi Nha Trang và sau đó, như Chủ Nhiệm bổn báo đã nói, về việc thúc đẩy anh em thành lập các Chi Hội VNSQĐ tại các tỉnh. Chúng tôi hy vọng sẽ nhận được sự cộng tác của các anh em ở xa.

Riêng những cuộc đi và gặp ở xa, nhà văn Cung Tích Biền sẽ đảm nhiệm, bởi anh có cơ hội được đi luôn. Anh Cung Tích Biền, Đặc phái viên văn học đầu tiên ở VN sẽ hoàn toàn đóng vai một người ghi chép không thêm bớt ý kiến được phát biểu trong các cuộc tiếp xúc của anh. Kỳ này mời bạn đọc tham dự cuộc nói chuyện của Nhà văn Cung Tích Biền với nhóm Trước Mặt.

Cung Tích Biền: *Thưa các anh, xin các anh cho chúng tôi biết những lý do và hoàn cảnh đưa đến sự hình thành Tạp chí* Trước Mặt?

Phan Nhự Thức: Thưa anh, trong buổi họp mặt chúng tôi rất lấy làm tiếc vì sự vắng mặt của các anh Vương Thanh, Luân Hoán, Nghiêu Đề, Đinh Hoàng Sa, Thành Tôn và những anh đã giúp rất nhiều cho tờ báo từ khi nó chào đời đến nay.

Sự có mặt của tạp chí *Trước Mặt* kể ra thật lạ lùng vì nó gặp quá nhiều khó khăn nội cũng như ngoại tại. Đầu tiên anh em chúng tôi muốn qui tụ nhau làm một tờ báo. Nhưng nhìn đi nhìn lại tiền thì không có, anh em mỗi người ở một phương, không khí ở tỉnh lẻ là một thứ không khí bị vây bủa bởi ngày đêm súng đạn: chạy miếng ăn để sống qua cơn hoạn nạn đã là khó huống chi nói đến văn học nghệ thuật.

Nhưng với mọi cố gắng, mỗi sáng Chủ nhật (vì ngày Chủ nhật chúng tôi mới không công vụ) chúng tôi họp nhau tại một quán cà phê. Từ quán cà phê này bừng bừng ra cái chuyện nộp bài, góp tiền "kẻ ít người nhiều" và chọn cho tờ báo một khuôn khổ, một hình thức cũng như một nội dung. Chà chà, cái khoản tiền mới là rắc rối. Chúng tôi nghèo mạt rệp cả. May mắn chúng tôi gặp chính quyền ở đây là một chính quyền tốt, đã có nhã ý tài trợ chúng tôi một ít về tài chính. Đỡ bớt cho một gánh nặng.

Cung Tích Biền: *Thưa các anh, một tờ báo khi được một cơ quan công quyền hay một tổ chức nào đó đứng ra tài trợ, tờ báo đó không ít thì nhiều phải chuyển hướng. Tờ báo, nếu không là một tiếng loa cho cái tổ chức đứng ra tài trợ, thì nó, tờ báo của các anh cũng khó mà thoát xác để trở thành một tờ báo đúng ý nguyện của người làm văn nghệ.*

Thưa các anh, xin các anh cho biết có những ràng buộc gì trong việc nhận tài trợ?

Phan Nhự Thức: Tôi xin đính chính rằng chính quyền không là một chính quyền tốt mà là một chính quyền đã tỏ ra thông cảm rất nhiều với anh em làm văn nghệ. Chính quyền đã giúp đỡ chúng tôi qua mọi khó khăn mà lắm khi tờ *Trước Mặt* tưởng đã chết theo với cái không khí nghèo nàn và ngột ngạt của tỉnh lẻ này. Chúng tôi sẽ gửi đến anh toàn bộ tạp chí *Trước Mặt* từ số 1 đến số này để anh đọc kỹ xem. Tôi cam đoan với anh rằng chúng tôi không hề bị sự ràng buộc nào vì sự tài trợ của chính quyền. Tạp chí *Trước Mặt* từ khi chào đời cho đến nay vẫn là một tạp chí thuần túy văn nghệ. Ngoài ra có một số bài có tính cách chính trị thời đàm. Tôi thiết nghĩ bất cứ tờ báo nào cũng phải có những bài những mục như tờ *Trước Mặt*. Bởi vì chúng ta không thể phục vụ cho một thứ văn học nghệ thuật trống rỗng, một thứ văn chương hàng hai hay viễn mơ, một thứ văn nghệ phản bội lại cuộc chiến đấu đẫm máu mà hai mươi lăm năm nay tuổi trẻ đang gánh chịu từ lớp này qua lớp nọ.

Bây giờ anh Khắc Minh mang đến những tờ *Trước Mặt* từ số 1 đến số 16. Buổi họp mặt bắt đầu từ lúc 12 giờ trưa, anh em đều đói bụng. Anh Khắc Minh dọn các thứ ly tách đang đựng trà trên bàn để mang ra thức ăn: La de hộp, bánh tráng, và thịt bò thui mua từ bên kia sông Trà Khúc về. Anh em vừa lai rai vừa nói chuyện. Buổi trưa thật vắng về trong khu vườn nhà anh Khắc Minh. Khu vườn nằm ở ngoại ô thị trấn, vườn đầy bóng cây, lá chết cùng trái chín, có thể nghe hoài hoài tiếng chim từ các lùm kín.

Cung Tích Biền: *Thưa các anh, ngoài khó khăn về tài chánh xin các anh cho biết thêm những khó khăn nào đối với một tờ báo được in và phát hành từ một tỉnh lẻ như tỉnh Quảng Ngãi?*

Khắc Minh: Về khó khăn trở ngại thì rất nhiều: bài vở, nhà in, tòa soạn, phát hành, thâu ngân. Nhiều lắm anh ạ. Tòa soạn chúng tôi không có ai là người thường trực. Phần lớn anh em ở đây đều là lính. May ra một ngày phép hay một ngày Chúa nhật anh em chuồn về, đến nhà in chữa "mô rát" cho bài mình. Về nhà in, thật là rắc rối. Điện ở thành phố nhỏ này luôn luôn bị cúp, các máy lớn không thể chạy được. Do đó có khi hằng hai ba tuần cầm bài vở trên tay mà đợi điện chảy nước mắt.

Về phát hành, chúng tôi không được may mắn như ở thủ đô là có một vài hệ thống phát hành chung trên toàn quốc. Ở đây chúng tôi tự phát hành lấy. Những tỉnh quá xa xôi như Miền Tây thì đành chịu, không thể gửi báo tới được. Tôi mang báo đến bưu điện gửi đi Đà Nẵng, Nha Trang, Huế, thường khi thiếu tiền cước phí phải chạy về mượn mô anh em năm ba trăm.

Thật là vất vả nhưng trong vất vả có cái vui không kể xiết. À, còn ông bưu điện nữa, thôi thì khỏi nói về tốc độ đối với những con rùa. Thâu ngân, cái khoản đó anh em chúng tôi không hề thấy hiệu quả. Phần lớn báo chúng tôi nhờ bạn bè gửi bán. Được bao nhiêu tiền thì phương đó đã lai rai. Cười trừ.

Thế mà vui. Nhiều khi chạy một cái cliché cũng toát mồ hôi. Ở tỉnh lẻ làm gì có những máy chạy cliché, ốp, xèo. Do đó phải vào tận Sàigòn chạy cho mấy cái hình. Phải một anh đi vào Sàigòn công chuyện thì tiền đâu, còn gửi cliché đi đường bưu điện... chao ôi, biết bao giờ cái cliché có thật trở về từ gói hàng bảo đảm. Một khó khăn nữa là bài vở. Xin một cái bài của một vài anh tiếng tăm ở xa, anh em có gửi về nhưng chờ có khi hai ba tháng, lâu quá là lâu.

Anh em cười. Buổi họp mặt đến bấy giờ đã kéo dài một tiếng đồng hồ. Sau cái vụ thịt bò thui bánh tráng thì có mục mỳ Đại Hàn nấu với nước sôi. Chỉ có thế thôi. Nhưng đói bụng quá. Thấy ngon. Một vài anh em cởi áo, phần lớn những chiếc áo nhà binh. Chung quanh đây có: Lê Việt Nguyên, Phan Như Thức, Khắc Minh, Hà Nguyên Thạch, Nguyễn Nguyên Phương, Phạm Đình Hiệu, Minh Đường. Trong bảy thanh niên đã có năm là lính.

Cung Tích Biền: *Ở một thành phố thiếu thốn mọi điều kiện, các anh thì bận nhiều công vụ, chiến tranh là một gánh nặng, ban đêm tôi thấy các anh có gia đình ở ngoại ô phải di chuyển vào gần các căn cứ quân sự để trú ngụ, thưa các anh, trong một Miền Trung rộn rã như thế này các anh có tin rằng tờ tạp chí các anh sống lâu như các tờ báo ở Sàigòn hay không?*

Lê Việt Nguyên: Sau một thời gian làm việc, chúng tôi quả đã gặp nhiều khó khăn. Tuy nhiên nhờ không khí văn nghệ cũng như chính trị ở Miền Trung là một thứ không khí đặc biệt, tuyệt vời, nhờ vào trình độ thưởng ngoạn cũng như vào tất cả những yếu tính đặc biệt của Miền Trung mà chúng tôi không thể giải nghĩa được, chúng tôi có kết luận rằng: "Nếu có người giàu thiện chí giúp đỡ, có một số anh em làm văn nghệ không vụ lợi, thì bất cứ một tỉnh lẻ nào của Miền Trung cũng có thể phát hành được mỗi tháng được một tờ nguyệt san cỡ 100 trang, thật đàng hoàng, đều đặn, thật đứng đắn, mà có thể có kết quả tốt đẹp vì ảnh hưởng của nó". Anh thấy đó, trước đây không lâu đã có những tờ *Cùng Khổ, Lập Trường, Việt, Thế Hiện*... Miền Trung còn có thể có những nhật báo sống được nhiều năm như ngày xưa có tờ *Tiếng Dân* của cụ Huỳnh Thúc Kháng, sau này có tờ nhật báo do ông Lê Trọng Quát chủ trương.

Cung Tích Biền: *Sau đây chúng tôi tiếp tục một câu hỏi khác: Các anh quan niệm như thế nào về tuổi trẻ, về cuộc chiến này khi các anh cầm bút cho Tạp chí* Trước Mặt?

Hà Nguyên Thạch: Trong tất cả chúng ta đều đồng ý một điều như thế này: không có gì tự do cho bằng khi chúng ta cầm bút ngồi trước một tờ giấy trắng. Ngược lại, trước tờ giấy trắng, hơn lúc nào hết người cầm bút mới thấy khó khăn về vai trò của mình. Chúng ta không thể là con chim vô ưu ngứa cổ hót chơi, mà chúng ta phải viết gì, làm gì cho cuộc hy sinh từ bao nhiêu năm này. Ngồi tại Quảng Ngãi, như anh thấy đó, ngày đêm, lúc nào không khí chiến tranh cũng bao trùm, lúc nào anh cũng nghe thấy tiếng phi cơ trên đầu, tiếng nổ vọng ngoài kia, ra phố lúc nào cũng thấy lính, thấy bệnh viện, những thương binh nằm trên xe tải thương chạy vụt qua, tất cả, chung quanh đây, từ ngoại cảnh chạy vào tim máu ta, từ thân thể nhỏ nhoi cỏ mọc suốt theo chiều lịch sử: chúng ta quả đã gánh nặng trên vai bao nhiêu là tai ương như một có thật, vượt qua nó, biến nó thành những hạnh phúc có thật cho một đại thể được gọi là Việt Nam. Tôi nói chừng ấy và tôi không thể nói thêm gì nữa, tôi sợ những danh từ mà anh có thể cho rằng đao to, búa lớn, thứ ngụy đề xưa nay.

Cung Tích Biền: *Câu trả lời của anh Hà Nguyên Thạch đã đề ra cho tuổi trẻ một vai trò. Thứ vai trò cuối cùng, duy nhất, ngày hôm nay là, "Có thể làm gì cho một đại thể Việt Nam". Vai trò Lính. Tôi xin hỏi các anh, các anh nghĩ gì về vai trò người lính trong văn chương?*

Nguyễn Nguyên Phương: Câu hỏi này được hiểu theo hai mặt: thứ nhất là vai trò người lính được diễn đạt như thế nào trong lãnh vực văn chương; thứ hai, người đang mặc áo lính ở đây đã làm gì cho văn chương nghệ thuật.

Chúng ta đi từ từ. Phần thứ nhất: người lính xứ nay được các nhà văn nhà thơ đưa đi quá xa trong văn chương, họ bốc người lính ném tận lên cao, làm họ đóng những vai trò không còn thực. Một số người khác lợi dụng văn chương để gây hiểu lầm quá nhiều về người lính. Bốc người lính lên để trở thành một vai trò quá lý tưởng cũng như hạ người lính xuống để trở thành một nạn nhân tủi nhục, hai phía đều hỏng cả. Người lính có một vai trò mà chỉ máu xương chính họ mới giải thích nổi họ. Còn phần thứ hai, tôi thiết tưởng rằng khi một người lính đã cầm bút viết văn thì anh ta không nghĩ rằng anh ta là một người lính nữa. Dù là một tu sĩ, một triết gia, khi họ đã làm văn học nghệ thuật thì họ không còn nghĩ đến cái nghề nghiệp ngoài đời nữa.

Hai giờ chiều, cái bóng nắng vàng hanh đã ngả dài vào hiên nhà, một cụ già đi quanh quất trong khu vườn anh Khắc Minh, cụ già nhóm mấy đống lá khô. Phía thành phố Quảng Ngãi vẳng lại tiếng rì rào của xe cộ, cuộc nói chuyện vẫn còn tiếp tục, có anh đã đề nghị ngâm một bài thơ cho nghe trước khi tiếp tục câu chuyện. Và anh Hà Nguyên Thạch đã ngâm một bài thơ của anh, đăng trong tạp chí *Trước Mặt* số 16.

Cung Tích Biền: *Thưa các anh, mong các anh cho biết ảnh hưởng của các nhật báo, tuần báo, tạp chí của Sàigòn đối với Miền Trung? Ngược lại cũng xin các anh cho biết thêm về những nhận xét của các anh đối với báo chí Sàigòn.*

Thay vì phải đặt một câu hỏi khác, nhưng tôi xin đặt luôn ra đây để các anh tiện bề trả lời. Mong các anh cho biết thêm những nhận xét của các anh đối với những người làm văn học nghệ thuật tại Sàigòn, những người được mệnh danh là những nhà văn, nhà thơ, những nhà văn hóa tại Miền Nam từ 1954 đến nay?

Hà Nguyên Thạch: Từ nhiều năm nay, trên lãnh vực chính trị chúng ta hiếm thấy một chính trị gia nào tỏ ra chân chính tài ba, thì trên lãnh vực văn hóa văn nghệ cũng thế. Thật đau lòng khi phải nói câu này, nhưng quả nó là thế.

Về văn nghệ thì những anh em ở ngoài Trung, (tôi tin rằng anh em ở Miền Tây cũng thế) gặp nhiều thiệt thòi.

Một bài viết ra phải đến bưu điện gửi đi, thiệt thòi thứ nhất là bài anh ta được xem như bài của những người viết mới. Thế nào là người viết mới? Thế nào là người viết cũ. Thiệt thòi thứ hai là ngay đến tiền nhuận bút anh ta cũng không có. Những người không may mắn ở tỉnh lẻ có cảm tưởng như mình là một chiếc lá rời khỏi cành. Điều đó nói lên được tính cách cô lập của Sàigòn trên mọi lãnh vực.

Trong những năm gần đây, ý thức được điều đó, một số các anh em trẻ ngoài Miền Trung cố gắng mỗi tỉnh có một tờ báo riêng. Anh em muốn chứng tỏ rằng Việt Nam không chỉ có mỗi Sàigòn. Và những gì của Sàigòn không phải là cái toàn diện của Việt Nam.

Phan Như Thức: Trong chuyến đi vào Nam vừa rồi tôi có ghé lại Nha Trang và có gặp nhiều người từng làm văn nghệ như Võ Hồng, Dương Kiền, Duy Năng. Các anh đều đồng ý rằng xưa nay đã có một quan niệm quá lầm lẫn khi đặt ra hai nền văn nghệ. Một nền văn nghệ Sàigòn và một nền văn nghệ tỉnh lẻ. Chúng tôi không thích trong lãnh vực văn nghệ có bè nhóm, một nhà văn lớn sẽ có một nhóm những người chạy theo, quanh quẩn như là những vệ tinh. Chúng tôi không thích chia ra thứ gì của Sàigòn, thứ gì của Miền Trung hay tỉnh lẻ. Thật ra Miền Trung là nơi đóng góp rất nhiều vào nền văn học nghệ thuật xưa nay. Các tỉnh lẻ xưa nay chính là linh hồn của Sàigòn. Hơn thế nữa chính các tỉnh lẻ đã nuôi sống Sàigòn trên mọi lãnh vực, nhất là nhật báo, tuần báo.

Minh Đường: Chính một phần lớn những người tỉnh lẻ nuôi sống các tờ báo Sàigòn nhưng các người làm báo tại Sàigòn lại không nghĩ đến số độc giả đông đảo này. Tôi thấy có hai loại báo. Nhật báo tuần báo thứ nhất là tờ báo nặng về chính trị do các chính trị gia đứng ra chủ trương. Nhưng khi các chính trị gia đứng ra làm báo thì họ chỉ là người đóng trò vụng về, họ biểu lộ hết mọi bất tài, cái chân dung nham nhở của họ hơn lúc nào hết độc giả thấy thật rõ ràng. Nhật báo tuần báo của họ thường nói đến những việc đâu đâu, họ chửi bới nhau cả những việc riêng tư. Họ khinh thị độc giả bởi vì độc giả thật là bực mình khi phải đọc đến những trang báo bẩn thỉu vợ anh này đi lấy Mỹ, cha anh kia Tàu lai, em anh kia đi ở thuê. Ác thay, trong cuộc chửi bới ghê tởm này lại có những anh nhà văn nhà thơ mà độc giả xưa nay quý mến, những nhà văn nhà thơ đó cải danh viết tục tằn để moi móc nhau. Với các chính trị gia, dù moi móc đời tư họ cũng nhân danh dân tộc.

Loại nhật báo tuần báo thứ hai là loại nặng về văn nghệ và các điều tra phóng sự. Văn nghệ của nhật báo là thứ văn nghệ làm ung thối một phần nào xã hội vì những chuyện hoang dâm dục tình. Họ lợi dụng thị hiếu thấp kém của độc giả, khai thác triệt để những chỗ ngứa của loài heo. Như thế họ bán báo chạy. Điều tra phóng sự của họ thì vô số những sai lầm. Nhiều khi một sự việc xảy ra tại tỉnh nhà nhưng người dân cầm tờ báo đọc người dân không biết họ đang viết chuyện ở đâu viết cho ai đọc. Đó là chưa nói đến những "xì-căng-đan" do chính một vài tờ báo lăng-xê ra rồi sau đó họ lại cải chính, lại thư đi tin lại, họ ngả mũ chào với nhau những trò hề quá quắt khi có một vụ kiện giữa hai bên.

Phạm Đình Hiệu: Từ nhiều năm nay tại Miền Nam chúng ta có những nhà văn nhà thơ nhà báo thật khả ái, đúng với cái danh từ đẹp nhất. Nhưng ngoài ra, số người làm ung thối cho đẳng cấp này cũng không ít. Thậm chí tôi biết có nhiều ký giả đến tỉnh lẻ, hay vào các hãng buôn làm áp-phe. Một số các nhà văn đã chối bỏ cái thiên chức cao quí của mình, họ không chịu an phận một hàn sĩ. Họ bẻ cong bút với một vài bút hiệu khác viết khiêu dâm để kiếm cho nhiều tiền. Thêm vào đó họ gây ra những tỵ hiềm giữa Nam Bắc, gieo trong đầu óc hiền hòa của dân chúng xưa nay cái danh từ kỳ thị.

Cái đó chỉ có nơi các ông được gọi là chính trị gia xôi thịt nhà văn nhà báo xướng ra. Chứ ngoài dân chúng, người dân Việt Nam chúng ta chưa hề có cái kỳ thị khốn nạn kiểu người Da trắng đó...

Cuộc nói chuyện chấm dứt vào 3 giờ chiều. Còn nhiều ý kiến thiết thực nhưng khuôn khổ tờ Khởi Hành không cho phép. Chúng tôi xin dành lại cho một ghi nhận khác ở một lần khác trong loạt bài viết tổng quát về các sinh hoạt văn học nghệ thuật tại các tỉnh lẻ. Chúng tôi cũng sẽ lần lượt chuyển đạt đến khắp nơi ý kiến của những anh em trẻ, những người không được may mắn sống ở Sàigòn.

Chân thành cảm ơn tất cả anh em trong nhóm Trước Mặt.

"MỘNG ẢO VỚI QUỶ THẦN" CUNG TÍCH BIỀN TRẢ LỜI PHỎNG VẤN CHUYÊN ĐỀ THIẾU NHI

20.10.2020

Cung Tích Biền tuổi lục tuần

Lời Người trả lời PV:

Vào đầu tháng 10 - 2020, Tòa soạn Da Màu có dự kiến ra một số báo Chuyên Đề, về Văn Chương Thiếu Nhi/Thiếu Niên. Tòa soạn đã gởi 10 câu hỏi đến một số nhà văn, có chọn lọc, về chuyên đề này. Dưới đây là phần trả lời của Cung Tích Biền.

Da Màu: *Những tác phẩm thiếu nhi hoặc thiếu niên nào đã gây ấn tượng sâu đậm với bạn trong thời đi học/đang lớn? Tại sao?*

Cung Tích Biền: Tôi được may mắn biết đến sách, và đọc sách rất sớm, nhờ vào tủ sách bé nhỏ của cha tôi. Nhưng không phải là sách thiếu nhi.

Không hề có một tác phẩm thiếu nhi thiếu niên nào gây ấn tượng với tôi thời tuổi nhỏ. Đơn giản, tôi chưa hề đọc một quyển sách nào viết "chuyên" cho tuổi mới lớn cho tới năm tôi 19 tuổi.

Thời Pháp thuộc lên sáu tuổi tôi học trường Tiểu học Kế Xuyên, đến niên khóa sắp vào lớp Nhì một [cours moyen I] thì gặp Việt Minh cướp chính quyền, tháng Tám 1945. Cuối năm 1946, kháng chiến chống Pháp bùng nổ.

Tôi lên tám, xã hội thời Pháp thuộc, hãy còn lạc hậu lắm. Ngày xuân, tranh Tết, treo trên tường vách thì màu vàng khè, đỏ chói mấy cha bên Tàu đánh đấm với nhau, những Lưu Bị-Quan Công-Trương Phi trong vườn đào kết nghĩa, Châu Du hộc máu mồm vì thua trí Khổng Minh...

Tuổi lên mười, các bạn cùng lứa tuổi với tôi, nếu ở vùng có quân đội Pháp, về sau gọi là vùng Quốc gia họ sẽ có nhiều sách đủ loại, để học/đọc. Phần lớn là nguồn sách đã có từ trước 1945, và từ

1948 về sau, khi các các vùng Quốc gia đã ổn định, việc in ấn tại các thành phố lớn như Hà Nội, Huế, Sàigòn có nhiều tự do, và đường hướng giáo dục cho tuổi trẻ những điều tốt đẹp, hướng thượng để vào đời, hãy còn được xem trọng. Ngoài những tác phẩm ngắn dài, của những Tô Hoài, Trần Tiêu, Lê Văn Trương... hãy còn rất nhiều báo chí "đặc chủng" dành cho thiếu niên nhi đồng. Các bạn trẻ ấy còn đọc được nhiều sách hữu ích để mở mang trí tưởng tượng, sự hiếu kỳ, cảnh trí thần tiên, qua các truyện cổ, truyện cười, thần thoại, sách trinh thám, kiếm hiệp...

Tôi thì hẻo lắm. Không được may mắn như các bạn cùng lứa tuổi sống trong vùng Quốc gia. Vì, chín năm [1945-1954], tôi sống trong vùng do Việt Minh kiểm soát.

Năm 1946, khói lửa còn chưa ác liệt của buổi đầu khởi chiến, tình hình đối kháng tư tưởng chính trị giữa các đảng phái đối nghịch chưa tới hồi chia mặt trận nổ súng với nhau, trong tủ sách của cha tôi hãy còn một ít sách, nhiều loại. Cha tôi là một nhà giáo, có làm Trợ giáo một thời tại Bồng Sơn, Bình Định. Người trong vùng gọi là Thầy Giáo Cầu, hoặc Cửu Cầu [vì có phong hàm Cửu phẩm Văn giai]. Trong tủ sách "về chiều" ấy có tập họa hình *Lên Tám* hai màu đen trắng của họa sĩ Mạnh Quỳnh, bản dịch thơ ngụ ngôn của La Fontaine [bấy giờ thường đọc theo âm Hán-Việt, La Fontaine là Lã Phụng Tiên], một mớ tập thơ các nhà thơ tiền chiến, truyện trinh thám của Thế Lữ, Phạm Cao Củng, tiểu thuyết Tự lực Văn Đoàn, của Nhất Linh, Hoàng Đạo Thạch Lam, Khái Hưng, thêm nhiều tập báo Tri Tân, Khoa Học, có Hoàng Xuân Hãn, Ngụy Như Kontum. Tôi đọc cả, được nhiều, đọc chẳng hiểu mô tê gì, vì loại sách quá tầm tuổi nhỏ. Đọc *Đoạn tuyệt, Lạnh lùng, Hồn bướm mơ tiên, Tố Tâm*... thuộc nằm lòng những thơ Chế Lan Viên, Xuân Diệu, Nguyễn Bính, Huy Cận, Thế Lữ...

Bấy giờ những thi ca, tiểu thuyết này là loại sách gối đầu giường của lớp thanh niên nam nữ tân học. Các nhà văn nhà thơ đương thời được yêu mến, tôn kính là thần tượng, là biểu tượng tinh hoa trong xã hội. Dòng nhạc ru đời, gợi nhớ, bàng bạc tình nam nữ với *Giọt mưa Thu, Đêm thu* của Thế Phong, *Buồn tàn thu, Thiên Thai, Bến xuân, Cung đàn xưa, Trương Chi* của Văn Cao...

Da Màu: *Lúc đó bạn thường hay đọc những thể loại văn chương nào?*

Cung Tích Biền: Lúc đó? Tôi đụng phải một cuộc tiêu tán. Mất 9 năm sống trong vùng kháng chiến do Việt Minh kiểm soát. Đến tủ sách nhỏ nhoi của cha tôi, chỉ trụ được vài năm ba đầu kháng chiến, về sau thì bị tiêu hủy ráo. Văn chương thi phú có trước 1945, thời Pháp thuộc, không chỉ quốc văn mà cả sách Hán tự, Pháp ngữ, đều bị quy là sản phẩm văn hóa của chế độ Phong kiến, của đế quốc thực dân, cần triệt để tiêu trừ. Các nhà văn, học giả như Phạm Quỳnh, Nguyễn Bá Trác, Khái Hưng, Tạ Thu Thâu. Phan văn Hùm…đều bị giết. Nhất Linh, Trương Bảo Sơn, Nguyễn Gia Trí, và phần lớn khác phải đào thoát ra ngoài nước để duy trì mạng sống.

Cuộc Kháng chiến chống Pháp được toàn dân hưởng ứng, đầy hào khí tham dự vì lòng yêu nước chỉ trong ba bốn năm đầu. Khởi từ 1947, thì mọi sự phải trái về ý thức hệ chính trị đã rõ mặt, cuộc đoàn kết toàn dân bắt đầu tan rã, người người bỏ kháng chiến về thành. Thay vì một mặt chống Pháp, nay chia đôi, "Người Việt chống lại Việt Minh".

Trong vùng Việt Minh, không còn gì, không có gì để đọc. Chiến tranh ngày càng lớn rộng ác liệt. Hà Nội, Huế, Đà Nẵng, Sàigòn cùng hầu hết thủ phủ các tỉnh lỵ khác là thuộc vùng Quốc gia, chống Việt Minh. Ngoài mớ "thịt nạc" đó ra, phần lớn xương xẩu đồng quê đồi núi, đất khỉ ho cò gáy là thuộc vùng Việt Minh kiểm soát. Đã có ranh giới rõ ràng, và súng đạn chứng minh cho sự rạch ròi phân định này.

Đời sống trong vùng Quốc gia thì mọi sự đời vẫn an nhiên tiếp tục. Thành phố có ánh đèn điện, có trường học cho học trò tới, có tiệm sách, có nhà hát, chợ búa trù phú, hàng hóa dư thừa, sự giao lưu với thế giới bên ngoài rộng mở.

Vùng kháng chiến do Việt Minh kiểm soát thì hoàn toàn ngược lại. Bao vây. Đóng cửa. Nghèo khó. Thiếu thốn mọi bề.

Da Màu: *Xin hãy kể lại những phương tiện sách báo vào thời điểm đọc sách thời đó: bạn mượn sách từ thư viện nhà trường, từ nơi cho mướn sách, được gia đình mua sách cho đọc, hay tự để dành tiền mua sách báo, v.v..?*

Cung Tích Biền: *Thời đó?* Câu hỏi này đưa tôi tới một trận mộng mơ. Mơ có những phương tiện sách báo, mơ có một thư viện, một tiệm sách. Không nhiều tiền để mua, thì đến nơi cho thuê sách ngắm nhìn, thú vị biết bao nhặt một quyển sách mình cần/thích, đóng ít tiền thế chân, mang sách về nhà, bật ngọn đèn đêm, say mê đọc. Gã thiếu niên cậu học trò ấy thật hạnh phúc. Hòa với ánh trăng, vườn khuya bóng lá, hoa vườn gió thoảng, tiếng tre trúc, mười tuổi tôi ở vùng quê mà, chao ơi tuổi thiếu niên nhi đồng vậy là thần tiên xiếc báo.

Nhưng có quái khỉ gì đâu. Suốt một nửa tỉnh Quảng Nam của tôi không hề có một nhà in, một thư viện. Một vùng rộng lớn chỉ có một trường trung học, trong vùng núi Cẩm Khê nhỏ bé, chỉ học đến lớp chín, bậc trung học đệ nhất cấp. Muốn học lên chút nữa phải vào tận Quảng Ngãi, có trường Lê Khiết. Hay băng bộ đường rừng như Bùi Giáng ra tới Huế để có cái bằng tú tài.

Bị máy bay Pháp ném bom, oanh tạc hằng ngày. Lực lượng còn trong thế du kích chiến, nhưng luôn phải thường trực chống lại các cuộc tấn công lấn chiếm đất của binh lính Pháp. Vùng Việt Minh bị Pháp bao vây. Nhưng chính chính quyền Việt Minh cũng tự bao vây, đóng cửa với bên ngoài để dễ bề thống trị dân chúng bên trong. Đường làng, lòng rừng, đào đầy hầm chông, hầm trú ẩn máy bay, hầm bí mật.

Không có giấy, không có máy làm sao có nhà in. Không có sách làm gì có thư viện. Giấy trắng tốt chỉ có ở vùng "địch đóng". Vùng kháng chiến có làm giấy nhưng giấy vàng khè không trơn láng. Kim loại làm ngòi bút mềm như chì, viết trên loại giấy nham nhở ấy một hồi, thì phải tháo ngòi bút ra, lật nghiêng mài trên nền gạch cho nhọn trở lại, tra vào, chấm mực, viết tiếp.

Không có máy in, mọi tài liệu đều in theo hình thức *"thạch bản,"* in trao tay từng tờ. Tôi nhớ, đến những sách giáo khoa, sách toán của Giáo sư Hoàng Tụy, cũng phổ biến cho học trò bằng cách này. Giấy vàng đầy gân xác trên mặt, dày như giấy súc. Máy chữ, toàn vùng còn một cái trong nhà ông Thông phán Duy Hàn, nhưng không có giấy than. Viết tay thôi. Mực thiếu, phải pha thêm nước lá cây, trái rừng có màu tím.

Toàn một xã hội thoái hóa, mất bóng văn minh.

Bên này con sông, chỉ chèo một chiếc ghe sang bờ bên kia sông, là Thành phố Hội An, "vùng địch đóng," là có đủ đầy trăm thứ. Nhưng, lũ vật chất vật liệu vật dụng ấy là của địch. Một ai qua bên ấy mang về là phạm tội, Việt gian, buôn lậu.

Ngay thời điểm này, cách nhau ba mươi cây số đường chim bay, nhưng các bạn cùng tuổi với tôi, có đủ sách vở, trường học, có tiệm sách, có rạp hát, mùa hè ra bãi biển, mùa đông có chăn mền ấm áp. Chúng tôi thiếu tất cả. Thiếu cả viên thuốc sốt rét, thương hàn cảm mạo, không có cả thuốc sát trùng. Mơ chi những quyển sách thiếu nhi thơm mùi giấy. Tình yêu nam nữ nơi này, đói, tặng nhau củ khoai là hạnh phúc rồi, mơ chi những dòng thư yêu đương dịu dàng trên trang giấy màu.

Tuổi thiếu niên của tôi, Miền Trung khỉ ho cò gáy đói chữ, thêm đói cơm.

Đói cơm là nói thiệt. Có mới nói chứ không bạo gan hư cấu cách văn chương. Năm 1952, một trận hạn hán hơn nửa năm trời không giọt mưa, đồng chết lúa cháy. Cây cỏ trên đồi nửa phần cháy thiêu. Sông khô cạn đến trâu bò không nước uống. Lòng con sông biến thành đường đi. Các giếng nước trong làng cạn chỉ còn một ít nước quanh hòn đá tim giếng, dùng gàu mo múc không được, phải cột cái bát thả xuống múc từng bát nước giếng như bát nước canh.

Đói, ăn hết lúa khoai củ mì dự trữ, ăn sang rau trong vườn, rau rừng, đào gốc cây chuối lấy củ nấu cả nhà nhai, răng lợi xác xơ. Đói cơm thì lạt mắm. Cá tôm ếch nhái trên ruộng đồng, dòng sông, khe lạch chết toi. Có một ít mắm đầy dòi tữa, con nào con đó trắng nõn, mập ì, bò lúc nhúc chồng chất lên nhau. Thường thì gạt bỏ lớp dòi tữa. Nhưng lúc đói quá, thêm chút gì vào bụng e cũng "hồ hởi", cha tôi "hạ quyết tâm":

– Đổ cả bọn dòi ấy vào chảo, một ít dầu chiên dòn mà ăn.

Mọi người rùng mình. Nghe chuyện ăn dòi đã thấy dòi bọ bò lúc nhúc trong óc não mình, đã nghe dòi bò từ cần cổ lên mồm muốn ói ra. Cha lại cổ động:

– Nếu mỗi con dòi nó phồng to lên dòn rụm như con nhộng thì bọn bây có dành nhau mà ăn không? Ăn lẹ đi nào. Bọn dòi ấy ăn hết chất bổ béo, calcum, trong con mắm rồi. Bây giờ ta ăn dòi, rất nhiều chất dinh dưỡng.

Tuổi thơ của tôi thần tiên đến vậy.

Liệu tháng ngày ấy, có thể đọc một trang sách tuổi ngọc, tuổi xanh!

Tôi được nuôi dưỡng bởi những Trang-sách-đời, mà hàng triệu thiếu nhi khác chẳng hề gặp phải.

Da Màu: *Bạn nhận được những thông tin hoặc nhận xét về các tác phẩm thịnh hành/đáng đọc từ đâu: bạn bè, nhà trường, người thân, v.v..?*

Cung Tích Biền: Tác phẩm? Sách vở đi chỗ khác chơi rồi.

Da Màu: *Bạn có thường trao đổi về những tác phẩm, hay những nhân vật mà bạn yêu thích với bạn bè? Ở lứa tuổi nào bạn bắt đầu có những trao đổi về sách báo, văn chương?*

Cung Tích Biền: Tuổi nhỏ của tôi như đã nói rõ trên, chẳng có trao đổi gì. Vào thời Cộng Hòa, khởi từ 1954, tôi đã lớn. Đất nước mới. Vận hội mới. Đây là thời kỳ nhiều ân phúc cho tôi thay đổi cuộc đời.

Nhưng trăm phần lo toan khác bận rộn. Đi học trở lại sau bao năm không có trường học. Sắm sửa bộ vía thanh niên sao cho ra một thằng người. Không lẫn lộn với bò trâu gà heo một thời.

Trong cuộc lột xác ấy, chưa có chỗ "Trao đổi sách vở bạn bè cho nhau".

Da Màu: *Những tác phẩm, nhà văn, hay những nhân vật ấn tượng này có làm bạn muốn trở thành một người viết? Tại sao (có hay không)?*

Cung Tích Biền: Tôi đọc rất nhiều, ác lắm, là ngay tuổi nhỏ. Lên mười ba đã thuộc nằm lòng nhiều bài thơ mới của Xuân Diệu, Huy Cận, Nguyễn Bính. Xã hội chúng ta thuở xưa, người ta yêu văn chương thơ phú lắm. Các cô dì, các mẹ, không biết chữ, chỉ nghe cánh đàn ông ngâm vịnh thơ phú mà thuộc lòng. Ru con, ngoài ca dao êm đềm, còn có nhiều đoạn thơ, Truyện Kiều, Lục Vân Tiên... Thuở bé tôi đã đọc những sách người lớn, trong tủ sách của cha tôi. Chẳng hiểu ra tà ma gì, nhưng chắc nấm, hoặc, "khách quan là có thể," trong vô thức tiềm thức tôi, đã dung chứa một mớ nào trong thế giới chữ-nghĩa-tới-sớm ấy.

Khi trưởng thành, trong thượng vàng hạ cám qua mắt nhìn, cái đầu lưu giữ lại những gì đáng lưu giữ. Rất nhiều những tác phẩm tôi say mê, nhiều triết gia đông tây, nhà văn nhà thơ tôi quý mến. *Nhưng gọi là ấn tượng, cơ nguyên-thúc-đẩy-tôi-cầm bút thì hoàn toàn không có. Chưa nói là chúng hăm dọa tôi không nên cầm bút. Viết mà không được phần nào như những-chữ-nghĩa-đã-đọc, thì không nên cầm bút.*

Cái nó kích động tôi viết nhăng cuội trong suốt mấy chục năm nay, là do chính cái đời sống của tôi kéo lê theo cái thời cuộc, chỗ mệnh người vận nước mà thôi. Một kẻ bị thương tích thì chẳng thế nào không rên rỉ.

Da Màu: *Bạn có bao giờ đọc lại những tác phẩm ngày còn bé hay mới lớn? Cảm giác sau (những) lần đọc lại ra sao?*

Cung Tích Biền: Sách cần đọc hồi còn bé mà ngoài hai mươi tuổi mới ghé mắt "thăm" thì chẳng còn lúc nào đọc lại. Cảm giác ư? Nó lạ lùng lắm. Tôi đến với sách thiếu nhi khi vợ tôi sẵn lòng đẻ ra cho tôi một lũ con. Rồi lũ con đẻ tiếp bọn cháu nội ngoại.

Đời tôi thiệt thòi nên rút kinh nghiệm. Cần thiết mua sách cho bọn con nít đọc. Trước khi cho chúng đọc, mình đọc qua, kiểu nếm thử thức ăn trước. Xem mặn nhạt, có độc hay không. Thói ham đọc nhiều. Mua thêm cho con, tôi đọc lan man, rồi đâm ra trẻ thơ, và ghiền. Tới nay tôi vẫn say mê [thích thú thật lòng] những loạt phim hoạt hình, những trò chơi dành cho tuổi mới lớn. Tôi thường ngồi với các cháu ngoại xem chung, cười chung. Quả thiệt, bảy tám mươi tuổi, nên cặp kè với bọn nhỏ, mình "trưởng thành" hơn.

Da Màu: *Tại sao bạn vẫn nghĩ về các tác phẩm/nhà văn này? Hoặc, tại sao bạn không còn nghĩ về họ như vậy?*

Cung Tích Biền: Khi văn chương Mở-đường, Đi-tới, thì mình cần/nhớ, tha thiết đi theo.

Khi văn chương đứng lại một chỗ, mình cần vượt qua, bỏ nó lại. Còn nhiều bước chân, cần vội vã bước tới.

Đến với văn chương, không có nghĩa đi viếng mộ.

Da Màu: *Theo bạn thì một tác phẩm viết cho thiếu nhi/thiếu niên, nếu thành công, phải hội đủ những yếu tố nào? Tại sao?*

Cung Tích Biền: Tôi không có, và không đủ thẩm quyền trả lời câu hỏi này.

Gẫm lại mà giựt mình. Cả đời tôi, chưa viết được một cái truyện nào cho ra truyện thiếu nhi. Cựa tới là chiến tranh, thân phận, hư vô, siêu hình, quay lại là hờn đau thương tích, phận người tựa bọt biển bóng mây.

Thời trước 1975 nhà văn Duyên Anh bảo, *"Viết truyện ngắn hay vậy, Biền cho Tuổi Ngọc cái truyện."* Vẫn, luôn, Chưa có truyện nào. Đến Tuổi Hồng, bọn quen biết Từ Kế Tường, rủ rê, *"Xin ông cái truyện ngắn"*. Tôi viết một truyện, ngay cái tựa đề đã mất toi cái tuổi ngọc tuổi hồng, *"Tình yêu*

Mặt trời cháy đỏ". Hình như đăng trong một số Xuân. Sau 1975, Đoàn Thạch Biền, người sáng lập tờ Áo Trắng, gợi ý *"Anh Biền cho em cái truyện."* Vừa qua Áo Trắng kỷ niệm 30 năm, tôi không có một truyện nào cho Áo Trắng. Đành tạ lỗi với nhà văn họ Đoàn vậy.

Cái hoa cái bướm đã chết toi ngay chỗ ngòi bút của tôi rồi. Đời tôi cũng đầy mộng ảo, mơ hoặc, ngậm ngùi chốn hoang mang mưa nguồn chớp bể, nhưng trong ấy là với bọn quỷ thần. Với bọn này tôi dễ mượn những bóng ma, đôi cánh. Con chữ có khi lấp lánh cái xác, khi cái hồn vô ảnh.

Da Màu: *Một tác phẩm viết cho thiếu nhi/thiếu niên có nên bảo vệ tinh thần trẻ em/thiếu niên, tránh những đề tài có thể làm các em bị sốc, tránh đoạn kết bi thảm, hay không? Đề tài, đoạn kết nào nên được tránh? Tại sao (nên/không nên tránh)?*

Cung Tích Biền: Hôm nay, nghĩa là thời buổi Bây giờ, trẻ em chừng nó "Đi trước" nhà văn. Cái viết ra, nhạt lắm. Biết chúng đi trước như thế nào, chỉ cần xem cái cách chúng đi vào, sống với, dấn hết mình vào thế giới ảo.

Không cần phi thuyền tàu bay, xe tốc độ nhanh, chẳng du lịch đâu xa, chúng có ngay tất cả nghìn trùng thế giới, vạn cổ chí kim, qua cái vật dụng nhỏ nhoi đặt trên mặt bàn, thậm chỉ cầm trong lòng tay. Với bao la trò chơi, giải trí, qua internet, Facebook, Tik Tok, chúng bay cùng chim muông, đấu tay đôi với phù thủy, hóa phép với thần tiên. Không cần lên tám mới biết chữ, biết đọc sách thiếu nhi. Lên ba, chúng đã cầm cầm cái cell cái pad gì đấy, lên tận trời xanh rồi.

Mọi lo lắng *"tránh những đề tài có thể làm các em bị sốc, tránh đoạn kết bi thảm..."*, vân vân và vân vân, e chừng không "ép phê" mấy.

Tuy nhiên, với người cầm bút, hãy còn nhiều giới hạn, phải cần thiết cẩn trọng. Đây là tôi mạn phép múa rìu qua mắt các nhà văn gần gũi, và thân thiện cùng tuổi thơ

PHỎNG VẤN NHÀ VĂN CUNG TÍCH BIỀN

Phạm Viêm Phương *thực hiện*

[năm kỳ]

Chân dung Cung Tích Biền
[ảnh Nguyễn Mỹ Dung]

Kỳ I.
Một cách Ra-Đi. Một Đời viết

Cái đuôi con thằn lằn đứt lìa này
biết bao giờ ráp lại
cái thân mình thương tật Việt Nam
[Lời nhà văn Cung Tích Biền trả lời phỏng vấn]

Phạm Viêm Phương: *Thưa Nhà văn, ông đã qua xứ người được hơn ba năm rồi, và chắc mọi sinh hoạt đã đi vào nề nếp ổn định?*

Cung Tích Biền: Thưa anh, nói về sự ổn định của một người cầm bút thì hơi khó, dù "ổn định" hiểu theo cái nghĩa thông thường nhất.

Tôi xin nói thật một điều. Tôi nguyện ở lại với quê nhà, và đã ở được hơn bốn mươi một [41] năm, kể từ tháng Tư năm 1975. Nay phải sang Mỹ định cư, vì vợ, các con và các cháu của tôi đã có quốc tịch từ lâu bên ấy; và, vì tuổi tác gia đình không đành để tôi sống một mình thiếu người chăm sóc tại Sàigòn; những điều kiện ấy buộc tôi phải đành lòng.

Tôi vốn thức ngủ, từ hơn ba mươi năm nay, với nhiều căn bệnh nan nguy lẫn những bệnh mãn tính cần thường trực phải có thuốc chữa trị hằng ngày tới suốt đời. Tôi là một bệnh-nhân-chuyên-nghiệp của nhiều khoa, mà tiêu biểu là hai khoa ung thư và tiểu đường, tại bệnh viện FV [Pháp Việt] Sàigòn, rất hao tiền tốn của. Tại Xứ người, tôi được cung cấp đầy đủ không sót một món thuốc trị bệnh và vật dụng y khoa nào. Có thể nói là được cấp thừa những thứ mình cần có. Ba tháng bắt buộc một lần xét nghiệm máu toàn bộ, và tái khám một lần. Tất cả chi phí khám bệnh, chăm sóc y tế, tiền thuốc men là do nhà nước cho không, tôi không phải chi trả một đồng cắc nào. Được trợ cấp đủ loại tiền khác, tiền điện, tiền ga, tiền thực phẩm, tiền già... Lại được sống trong một đất nước tương đối là có đủ các quyền tự do hành xử, một xã hội văn minh, mọi người luôn dành lòng thân ái cho nhau.

Tôi xin mở một dấu ngoặc. Tôi không có ý ca ngợi nước Mỹ, điều ấy là không cần thiết. Văn minh hay lạc hậu, giàu nghèo, xấu tốt, nơi đáng sống hay nơi đang bị cướp mất quyền sống của con người, đó là những hiện thực, cái đang-là, trên mỗi đất nước. Định mệnh đã sẵn vậy rồi. Khi trả lời, nếu những điều tôi nói có liên quan tới người Mỹ, nước Mỹ, đó chỉ là những cứ liệu cần thiết phải nêu ra, để minh chứng, khi trả lời câu hỏi, mà thôi.

Vậy, hiện nay, là ổn định, là sung túc. Ngồi trước bàn viết đủ mọi phương tiện; tự do rất mực, muốn đọc gì trên mạng Internet thì đọc, không phải vượt tường lửa; không hề có một quyển sách nào bị chính quyền cấm đoán tịch thu, phải chuyền tay xem chui; muốn viết gì thì viết, in ấn tha hồ; viết cái gì in ra cái đó, không hề có ai kiểm duyệt; chẳng bị ai tóm cổ cho vào nhà giam; hoặc cảnh cáo bằng cách cho xe cán gãy xương sườn, hoặc lọt tỏm trong lòng chiếc xe tải may mà sống sót.

Nhưng giờ đây, trong tôi, lây lất tâm thức, lại có một bất ổn khác. Đó là cái cách Ra-đi.

Với tôi, hãy còn đâu đây, trong thân phận, một cái đuôi con thằn lằn run rẩy khi phải bị đứt lìa thân mình.

Anh ra đi từ đâu? Đâu phải đến Mỹ, từ Tokyo, Luân Đôn, một Paris hoa lệ. Đâu phải chỉ *thay đổi cư trú từ một nơi bình an này đến một chốn an lạc khác*. Ra-Đi! Rời bỏ quê hương tôi đã có, mới ngày hôm qua, hôm nay, và những ngày mai còn xa lắc lơ, vẫn một Việt Nam trong hoàn cảnh xót xa như anh hiểu. Tất cả tình cảm, những tài sản tâm linh, đâu phải cái va-ly hành lý muốn mang theo, là gởi máy bay đi theo. Ổn định làm sao trong bước đi, mắt nhìn!

Đến một xứ sở không riêng con người, tới con vật cũng có luật lệ bảo vệ, công bình. Một nền văn hóa đã rất đỗi quen thuộc, rằng con người có thật lòng yêu thương nhau, vì mối tương sinh, trường tồn chung cùng trên một mặt đất. Sống trong một cõi người cõi vật như thế, tôi thấy mình mang một nỗi đau ám ảnh; khắc khoải hơn khi ở ngay trên quê nhà.

Nay tôi đã ngoài tám mươi tuổi. Cái kiếp bình sinh đã hóa màu, chẳng còn bừng sáng rực rỡ của nắng mai. Mỗi chiều xuống, mỗi khuya lơ, vào các blog, các facebook của bà con anh em ở quê nhà, là đầy rẫy những lời than oán, căm hờn, những tâm sự sâu thẳm, những cõi lòng khao khát tự do, những tiếc nuối bao la danh dự con người bị bất ngờ tước đoạt.

Mà, lời-trên-mạng ấy là của ai? Chỉ những ai còn tấm lòng yêu quê hương, những tâm thức lung linh, trong ngần mong mỏi một xã hội có tự do công bằng, quyền con người được tôn trọng, bản đồ của đất nước nghìn năm mỗi ngày không bị mòn nhỏ lại, như một thân thể bị teo cơ.

Quả thật, bên kia biển, nơi bãi bờ cố quận, một trời nguy hãi, triệu con người đang trong vực thẳm. Nghĩ quẩn nghĩ lung, phải chăng mình là một kẻ ích kỷ, kẻ phụ tình, không còn cái tình chung trong chịu đựng một số phận cùng bà con anh em, với quê nhà.

Tôi thật sự thấy mình luôn không chút nào bình an.

Cái đuôi con thằn lằn đứt lìa này biết bao giờ ráp lại cái thân mình thương tật Việt Nam.

Phạm Viêm Phương: *Tôi trân trọng những điều ông vừa tâm sự. Chúng tôi hiểu ông ở lại quê nhà, sau 1975 đến nay, cũng đã hơn bốn mươi mốt năm, cũng đẫm mình đầy đủ trong cuộc trầm luân như* *chúng tôi. Nhưng dẫu sao, và đầu tiên, ông cũng có thể kể về một ngày thường lệ, một ngày thường gặp nhất trong cuộc sống của ông không, để bạn đọc dễ hình dung ra kiểu sống và làm việc của một người cầm bút hơn sáu mươi năm?*

Cung Tích Biền: Nói cho rốt ruột, một ngày đời của tôi, hô hoán cho vênh vang, *Đời một nhà văn*, ngày nào cũng chỉ là một ngày cắm cụi làm ra "Cái-vô-dụng".

Nhân loại hôm nay có bao nhiêu nhu cầu thiết cấp đều đã được đáp ứng đầy đủ. Cần gì thì cần, chẳng ai cần văn chương. Đã qua thời văn chương là vũ khí, là vận động cách mạng, chấn hưng dân trí, tấm gương soi đạo lý làm người. Với "giặc corona", người ta trữ gạo, thuốc men khẩu trang mỳ gói, chẳng ai mua về nhà vài quyển tiểu thuyết, tập truyện ngắn.

Vậy mà "Vô dụng đã hơn sáu mươi năm?" Hẳn, tôi là một người vô-dụng-chuyên-nghiệp.

Một đời thành bại nhục vinh, đói no lây lất cũng chỉ với ngòi bút và chữ nghĩa của mình. Xem Cái-Viết như một định mệnh, một hành nghiệp trọn đời.

Nơi "nhất thốn tâm tư", chỗ tấc lòng, nghiệp oan nghiệp chướng! chỉ tự nơi người thừa nghiệp riêng biết, riêng chịu.

Tôi không ảo tưởng, chỗ tháp ngà, cho rằng việc cầm bút là một thiêng liêng cao cả, nhà văn là một kẻ cao quý hơn người. Chỉ là trời đày vào chỗ *"Oan, chướng"*, mà thôi. Cái nghề tôi, ta có thể đổi nghề xịn. Nghiệp chướng, thì luôn khó thoát.

Có người cho rằng viết lách chỉ là một *trò chơi*, tác phẩm là một *đồ chơi*. Chao ơi, được vầy vui sướng quá.

Những bậc tài danh cổ kim, từng lưu đời những danh tác, tất thảy đều có một lời nấu-cao-nỗi-lòng:

Với Viên Mai, *"Lập thân tối hạ thị văn chương – tệ mạt nhất là dùng văn chương để lập thân"*.

Nguyễn Du, *"Văn tự hà tằng vi ngã dụng – chữ nghĩa ta dùng giúp được gì cho ta"*

Nguyễn Khuyến cũng từa tựa Nguyễn Du thuở kia, *"Sách vở ích gì cho buổi ấy!"*

Nguyễn Vỹ thì chén cơm manh áo hơn, *"Nhà văn An Nam khổ như chó"*.

Biết vậy, được răn đe vậy, nhưng tôi đã trót chọn *Con đường chữ nghĩa* từ thuở đầu đời, lúc hồn lâng lâng, trái tim hai mươi bừng nở tình yêu, hy vọng. Hôm nay, già mái đầu mới thấy ra, Tản Đà phán đúng bon, *"Văn chương hạ giới rẻ như bèo"*. Tuy vậy cũng đành sùng bái cái nghiệp đã trót mang. Khó mà giữa đàng "dứt gánh tương tư".

Trả lại cho ai đây? Trả lại ông Phật, Đức Chúa, Mẹ cha!

Chết đi, được ông Trời cho vào trại học tập cải tạo, để mần người kiếp sau; kiếp sau, tôi vẫn nguyện làm cái việc *"tối hạ"*. Tôi, kẻ vớt bèo.

Đôi khi nghĩ xà quần, y rằng đánh lận con đen, là vầy:

Làm ra cái "hữu dụng", sẽ luôn bâng khuâng, *"Có một ngày nó chẳng còn hữu dụng"*.

Làm ra cái "vô dụng" ta luôn nuôi hy vọng, *"Sẽ một ngày nó hữu dụng"*.

Có gì thảm trạng hơn, bám vào cái vô dụng mà sống, suốt cả một đời người.

Phạm Viêm Phương: *Đành vậy, mong ông trở lại với câu hỏi, chỗ sinh hoạt bình thường, nơi ông gọi là một kiếp-phận-đã-rồi.*

Cung Tích Biền: *Một ngày thường lệ, một ngày thường gặp nhất trong cuộc sống của một nhà văn?* Đó luôn là một ngày bất thường so với cuộc sống bình thường của mọi người.

Hắn, cái từ thân yêu nhất để gọi, cũng như mọi người, một ngày như mọi ngày, cần ăn uống, ngủ nghỉ, giải trí, làm việc. Được liệt vào loại "lao động trí óc", hắn lại khác với những nghề "lao động trí óc" khác.

Luôn riêng biệt trong mọi sinh hoạt cộng đồng, và luôn cô đơn dù ngay trong gia đình, họ hàng. Có thể, được nhiều người quý trọng, nhưng người được quý trọng ấy luôn lánh mặt, ẩn mình để được riêng cõi tịch mịch.

Cho dù có dịp uống cùng bữa rượu, cốc cà phê, trò chuyện chỗ đông anh em, hắn vẫn luôn là kẻ một-mình. Một hắn chỗ chung chạ, và một *hắn* nữa là cái phần phân thân, tách thoát. Ăn ngủ trong đời thực, viết lách với cõi riêng tây, mộng ảo.

Cầm bút, với hắn, không là nghề tay trái. Không công sở, không lệ thuộc vào bất cứ giờ giấc nào do tập thể quy định. Nếu có sự quy định, sự lệ thuộc, ra kỷ luật, hoặc "vô kỷ luật", giả dụ khi khỏe mạnh đi rong chơi, không muốn làm việc, lại lúc mệt mỏi, nhưng được gợi hứng, có thể làm việc cực lực thâu đêm; ấy là do tự thân quyết định.

Suy tư kịch liệt hay mộng mơ thơ thẩn, nhà văn cũng phải ra công lao động, miệt mài tối sớm mới có tác phẩm. Nhưng sự gia công ấy qua một thể thái thoát thường.

Một ngày, mọi người có tám giờ đồng hồ để làm việc, hắn có thể không làm gì cả, vì không chút hứng gợi. Đêm, khi mọi người yên ngủ, bên ánh đèn, hắn một mình, cặm cụi thâu đêm. Ấy là lúc, bị thao túng bởi cuộc viễn du trong mộng tưởng. Thế giới của hắn là từ một cõi đời có thật, một nhân gian cụ thể, được mang vào trí tưởng, và tu sửa nó, biến hóa nó theo mực độ trí tuệ và tài năng riêng mình có. Nhà văn, ăn ngủ, yêu đương, làm tình, đi về, hít thở trong hoa cỏ bụi bặm, vạn sự có thật ấy, và *"tác phẩm của hắn đi ra"*, phải/ là / có /của, một thế giới khác, có khi huyền ảo, trừu tượng, siêu thực.

Một cách khác, nhà văn "hành nghề", có thể, với-một-cái-không-có-thật, lẫn một-cái-gì-chỉ-có-thật-qua-biểu-cảm-trừu-tượng. Thường hằng "vật liệu, chất liệu" để viết, là những hoảng viễn liên tưởng, mộng tưởng; luôn là nối kết hiện thực với tiềm thức; cả với cái đã mất tích là vô thức, nay bỗng hiện về, điều động nhà văn lúc sáng tác. Hắn có thể nương nhờ thần linh biến hóa qua ngòi bút, để cái tục lụy, cõi nhân gian này trở nên đa biểu hiện, rõ mặt hơn.

Vì câu hỏi anh nêu, có dính dấp tới *"cái sống"*, *"kiểu sống"* và của *"sáu mươi năm cầm bút của tôi"*, nên tôi phải nói rộng ra, cho cạn nguồn cơn.

Một ngày của tôi, luôn là viết và đọc. Ham đó đây, tâm tình với người trong trang sách, đánh cờ tướng với một hảo thủ ảo trên màn vi tính, rong chơi thơ thẩn với chim chóc hươu nai nhảy nhót trong trí tưởng. Lúc nhắm mắt, tôi thấy cõi đời thần tiên hơn khi mở mắt thấy rõ hạt bụi con ruồi bay.

Khi viết, nếu lúc không gõ ngón tay lên bàn phím, tôi thường ngửa đầu ra phía sau, nhắm tít hai con mắt, không gặp thần linh thì cũng có lũ quỷ quây vờn. Truyện của tôi, anh thấy, hào phóng là những cái chết, kiểu cách chết, buồn nản chết, hăng hái chết, ma quỷ thánh thần luôn thay đổi chỗ ngồi cho nhau.

Mỗi ngày sống, mỗi đêm ngủ, chừng là tôi có gian díu với cõi vô hình, bị trói cột vào những đời đã mất; lọt tỏm vào cái hồ cái hang tiền kiếp. Chừng có thần linh vây bủa, có bọn âm binh tác động; tôi nhờ chúng, như ca sĩ nhờ ban nhạc, thêm nhịp điệu, thanh âm hô hoán. Tôi luôn nhờ cái hoang mị, huyền ảo, những cảm hứng "ngoài cõi" nghi ngút trợ lực. Anh đọc truyện tôi viết, là, đầy rẫy Xác-xương-máu-mùi-bóng-quỷ, hẳn anh hiểu. `

Tuy nhiên may mắn có nhiều đêm êm đềm, tôi thường mơ thấy những cảnh trí thơ mộng, những thị trấn nắng mới, bến sông, vòm biển với ghe thuyền. Cái lạ, thường lúc về sáng, chen lẫn trong cơn ngủ lơ mơ, là văng vẳng tiếng người, kể như ru, một câu chuyện, rất rõ đầu đuôi. Trong các sáng tác của tôi, có rất nhiều ảnh hưởng từ những câu chuyện kể, của kẻ vắng mặt này.

Phạm Viêm Phương: *Nhưng hiện nay ông đang sống tại Mỹ, một xứ sở bên kia trái đất, thực tế là vạn sự khác biệt, hẳn nó tác động một cách triệt để tới việc sáng tác [suy nghĩ và làm việc] của ông? Ông có thể nói rõ hơn.*

Cung Tích Biền: Ở trong nước, tôi như con mèo bị trụng nước..."sôi", sang tới đây tôi là con mèo được tắm nước lạnh, nước lại được lọc sạch kỹ lưỡng. Cả hai hoàn cảnh, đều làm cho ta phải kinh ngạc.

Ở một nơi toàn bóng tối, một nơi thường trực chói lòa ánh dương, cả hai đều là sự bất bình thường.

Trong hai cái bất bình thường đông tây, tôi chọn Việt Nam, nơi, mới đúng nghĩa bất bình thường.

Quê nhà, bao nhiêu năm, là một kịch trường, bi hài đâu ra đó, hí lộng tràn đầy, kích động mê man; ác lạ, bạt mạng, cuồng si, đều ở đỉnh. Là, quyến rũ, thôi thúc người cầm bút phải nên-viết-một-cái-gì. Muốn viết một-triệu-cái-gì, cuộc thế quê hương tôi sẵn sàng có hơn một triệu cái gì, để viết. Lòng người, luôn cơn lốc, bộ não núi lửa, trái tim chập điện. Ngôn ngữ không êm đềm, đã thường trực trở ra hẳn học, u uất. Dân chúng rất thừa mứa những nỗi oan, quan lại thì heo hút lương tri.

Nói túm cái quần què, những chất liệu phi luân tồi tệ, bãi rác vũng lầy, ruồi nhặng thần linh trà trộn, quỷ ma thánh thần chào bái nhau chia nhau tro cốt những xác chết dân lành, là nguồn cung cấp vô bờ, là thác đổ vào sự phong phú trên những trang chữ cho những ai dụng chữ thành văn.

Nhà văn đứng sừng sững trên bãi oan khiên. Chỗ này, tựa là lúc nhà vua đã an tọa vững chãi trên ngai vàng.

Ví rằng, xã hội thời nàng Thúy Kiều nếu không đầy mùi xú ế, quan lại không là đám diều quạ kên kên, em gái xinh đẹp Vương Thúy Kiều, gốc người An Giang, miền Tây Nam bộ không bị gia oan, thì đâu đến nỗi phải *"xung phong mần dĩ" "ký hợp đồng dài hạn mười lăm năm lưu lạc"* chỉ để thay cha, cứu nhà! Nếu không ứa máu đỉnh núi oan, Nguyễn Du mần răng trở thành thiên tài sẽ nghìn năm trong văn học.

Nhà văn, con bò gặm cỏ, bỏ đồng cỏ xanh Việt Nam hôm nay mà ra đi, thì thật uổng của. Lão nhà văn Cung Tích Biền nhất thiết không nên rời bỏ

"Nơi tràn đầy thức ăn cho ngòi bút"; đồng xanh bao la, con bò Biền ăn no bụng, ăn thừa mứa, lúc khuya lơ trăng bạc thì ói ra, nhai lại trên trang giấy; hà tất đành chốn nơi mà ra đi.

Một nhà đấu tranh cho tự do nhân quyền, Việt Nam Hôm nay, cũng vậy. Tới được bến bờ tự do, thì, *"Hết việc để làm"*. Là, chìm lỉm xuống cái đáy tịch mịch. Bọn trẻ Phây với Búc chúng gọi là hết xíu quách.

Trong đấu tranh, để cấp cứu lâm nguy cấp thời, tình trạng ngộp thở nơi "quê ta hôm nay", không có loại *"Cách mạng từ xa"*- remote. Một sống một chết phải ngay chỗ máu lửa, không thể cách ly hiện trường.

Phạm Viêm Phương: *Nhưng một nhà văn hãy còn biết bao đề tài khác, những tình yêu khác, giảm đi sự thù hận thì ta ca ngợi tự do! Ông nghĩ sao về hai thế sự này.*

Cung Tích Biền: Tôi hiểu, không phải chỉ trong môi trường sống đầy khổ nhục, bất công, mất quyền làm người mới có văn chương. Nhưng là một nhà văn Việt Nam hôm nay, không có gì khác hơn, để làm mồi nhóm lửa. Bếp lửa, trong nồi nấu không có gì ngoài máu thịt Việt Nam anh em của nhau. Luộc chín bạn bè. Nấu rục thiếu niên lấy xíu quách tính số lượng anh hùng. *Văn chương không* *tự có bằng cách thủ dâm với những hạnh phúc, những tình người không có thực. Nhà văn, không sẵn sàng mang xà phòng thau nước đến rửa những bàn tay máu cho bọn sát nhân. Hãy cứ Viết ra sự thật. Hãy cứ nói về sự thật đi. Đành lòng dùng dao kéo mổ tử thi.*

Đúng là như anh hỏi,*"Hãy còn biết bao đề tài khác, những tình yêu khác, giảm đi sự thù hận thì ta ca ngợi tự do!"*

Trong hiện tình, với tôi, là chưa đủ bình tâm, sẵn một cõi lòng say đắm để ca ngợi những tình yêu không kém phần cao quý, tình yêu thiên nhiên, tình yêu nam nữ, vợ chồng.

Nói theo cách gồng mình hô khẩu hiệu là như vậy: *"Bao nhiêu tình yêu đều nằm dưới tình yêu đất nước. Bao nhiêu nỗi âu lo riêng tư đều phải nằm dưới nỗi lo chung của cộng đồng, nòi giống"*. Ác nỗi, khẩu hiệu thì chán, nhưng khẩu hiệu này ta luôn phải thuộc nằm lòng.

Để có món ăn lạ, khổ đau và hạnh phúc, tự do và bất hạnh, tôi xin đưa ra một đề tài để bàn luận chơi. *"Đời sống mấy con chó".*

Một nơi, nuôi một con chó – gọi chung là pet, vật nuôi -- phải làm sao cho nó ngày ngày sung sướng. Nó được gắn vào người một con chíp, để tiện theo dõi, phòng khi nó đi lạc, nhờ cảnh sát tìm về. Anh phải nộp tiền phạt vì lỗi thiếu chăm sóc con pet để cho nó đi lạc.

Nó có cái "nhân vị". Anh đánh đập hành hạ nó, bỏ nó đói, đau không đưa đi bác sĩ thú y chữa trị, nó chết thảm, nếu bị khám phá ra, tùy mỗi trường hợp anh sẽ bị phạt tiền, tù. Có cửa hàng thức ăn, bánh kẹo đóng hộp, khu bán thuốc chữa bệnh, khu bán hàng đồ chơi, tất cả là dành riêng cho pet. Tất cả là phải được kiểm nghiệm, thẩm tra, phải hợp vệ sinh, không nhiễm độc, đúng tiêu chuẩn.

Mỗi vài tuần đưa con chó tới thẩm mỹ viện – đương nhiên là dành riêng cho chó - chăm sóc sắc đẹp, tỉa lông, lông mi mày, ráy tai, nhỏ thuốc vào mắt... chi phí một trăm đô la Mỹ. Tất cả những việc làm này dành cho con vật là với tình thương, sự âu yếm rất mực của người chủ vật nuôi.

Có khách sạn riêng cho pet. Mỗi sáng tới chỗ làm anh có thể gởi con thú cưng tới đây. Tại sở làm, anh có thể mở máy theo dõi từ xa, xem con pet lúc ngủ lúc ăn ra sao, ngày mưa lạnh có áo ấm, chăn mền gì không. Lại có nghĩa địa chó mèo. Buồn nhớ, có thể mang một bó hoa ra viếng.

Lại một nơi khác, thường xuyên trên con đường quốc lộ xuyên Việt, từ Sài gòn ra Hà Nội; anh thử ra ngóng gió, vừa ngáp, và nhìn vẻ đẹp quê ta; thời tiết nắng nóng nung người; anh sẽ thấy từng tốp xe tải, hầu hết là chạy về phương Bắc. Hàng chục cái mõm chó tội nghiệp thò ra khỏi cái ô lưới sắt. Xe chạy vun vút. Chúng thở dốc, cái lưỡi trắng nhợt thè ra, thòng gần xuống cổ. Chúng tìm chút gió thoảng. Chúng sắp chết khát, qua những đôi mắt lạc thần cầu xin vài giọt nước. Một chuyến xe hôi thối mùi súc vật lâu ngày không hề được tắm rửa. Chuyến đi này là "Đường về Tây phương cực lạc" của số phận những con vật đáng thương này. Hóa thân của chúng là dồi, rựa mận, và rượu. Và, rừng rừng bàn nhậu không thiếu hứng khởi bàn luận tận trời mây những điều vĩ đại của lý tưởng nhơn loại cổ kim.

Anh nên ca ngợi hạnh phúc của loài pet kia, hay dành đáy lòng chia sẻ với những con vật bất hạnh này.

Anh nghĩ dùm tôi, chừng non một trăm năm nữa, con chó thè lưỡi, có thể có được một "cuộc đời" như con chó từ thẩm mỹ viện kia không.

Kỳ II
Đất mới, Người trăm năm cũ

"Không tìm kiếm gì nữa. Chẳng mong đợi gì thêm. Không còn gì buồn vui. Thành tựu hay thất bại, đều có thể" [Lời Nhà văn Cung Tích Biền]

Phạm Viêm Phương: *Tuy thế, với một nhà văn chuyên nghiệp, theo quy luật thích ứng, được tiếp cận vùng đất mới, mọi sự mới, hẳn ông sẽ còn cảm hứng để viết?*

Cung Tích Biền: Tôi vẫn viết, nhưng không với một cái não u uất, và một trái-tim-thuốc-nổ như khi còn ở quê nhà. Mỗi sớm mai, mở cửa nhà bước ra, là nơi chốn cách biệt nửa vòng trái đất. Nam California, miền Tây Mỹ, nơi được thiên nhiên ưu đãi, mùa hè không quá nóng, mùa đông không tuyết đổ dày như ở miền Đông. Khí hậu trong lành, vòm trời luôn thanh thản, mây từng sợi nhỏ như tro bụi loãng tan trong nền cao rộng xanh lơ, quanh năm không bão lũ. Môi trường nhân gian để hòa mình, là phẳng lặng, dịu êm.

Ác nhơn, sự ưu đãi này lại là một cái hại cho văn chương, ít ra là với riêng tôi, lúc này. Lúc viết, chữ nghĩa có thoáng đãng, bay lộng, thể hiện sự thông tuệ. "Viết", chừng là một thú tiêu dao. Phong vận ấy, cũng là một hữu ích cho sáng tác, đối với một nhà văn khi đã thoát ly đất nước tù đày của mình.

Được tiếp cận cái mới, xã hội mới, được tự do với ngòi bút; tĩnh lặng trong hồi tưởng; thoát ra khỏi cuộc trùng vây của bất hạnh; người sáng tạo ấy có thể, mất cái này nhưng được cái kia; sẽ tạo nên những tác phẩm lớn lao, vượt thoát, khác xa với những gì mình đã viết trước đó. Nói chung, có thể là tác phẩm để đời. Nhưng sự may mắn này, hãy còn là một điều đang chờ đợi đối với tôi. Chữ nghĩa không dễ thay như thay áo. Vì tôi đã sống, đã quen, hơn nửa thế kỷ trong tuổi đời, với những điều đáng rùng mình hơn là những nụ cười hạnh phúc.

Tới Mỹ, Đất mới nhưng tôi, Người trăm năm cũ. Tôi như phải sống sang một kiếp khác.

Phạm Viêm Phương: *Nhưng kinh nghiệm cho thấy, trong bất cứ hoàn cảnh nào bấy nay, ông cũng có tác phẩm mới. Mong ông cho biết những dự án hay chương trình nào về văn chương học thuật, trong tương lai?*

Cung Tích Biền: Về những dự phóng tương lai? Tôi không có dự án, hoặc chương trình nào về văn nghệ như anh hỏi. Không phải từ bây giờ, mà trước đây cũng vậy. Hành trình viết của tôi, là con tằm ăn dâu. Tà tà. Từ tốn. Thế giới của nó là trong cái nong, cái nia nhỏ bé. Cuộc đời, cõi đời, chỉ là cái vòng tròn quanh quẩn. Nhưng mỗi giai đoạn trong tiến trình của nó, từ trứng ra con sâu, sâu ra tằm, từ màu xanh lá dâu biến ra sợi tơ vàng, mỗi/ một giai đoạn là mỗi lột xác, hóa thân một cách triệt để. Rất nhiều kiếp trong một "đời" nó.

Bây giờ con kén đã bị cho vào nồi nước sôi; nó bị lột hết, trả sạch cho cuộc-hóa-ra-sợi-tơ rồi; tôi đã thành con nhộng. Một loài không lông không cánh, không đầu chẳng đuôi, lòng ruột nó đã làm hết việc hiến dâng của đời nó rồi.

Tôi không tự mãn, hài lòng với những gì mình đã viết, cho là quá đủ rồi. Nhưng là một người đã trọng tuổi, nay, viết được gì nữa thì viết, không thì thôi. *Không tìm kiếm gì nữa. Chẳng mong đợi gì thêm. Không còn gì buồn vui. Thành tựu hay thất bại, đều có thể. Có hay không, gọi "Có" rằng "Không", hay gọi ngược lại, đều không sai trái gì.*

Những người cùng thế hệ với tôi, tập tành lai rai, nhưng đầy đam mê, đi vào con đường văn chương nghệ thuật khoảng những năm 1950s, đã thành danh từ thời Cộng Hòa. Vì nhiều lý do, thời cuộc, số mệnh, anh em đã buông bút, không còn viết gì nữa, đã trên dưới hai mươi năm nay. Phần lớn khác, đã ra người trăm năm cũ. Nhìn lại, một nẻo dài hun hút. Chúng tôi như khoét sâu lịch sử mà rúc vô.

Đi cùng cuộc chiến hay bên lề cuộc chiến; vào quân trường với cây súng hay tìm mọi cách trốn quân dịch; sống thực tiễn hay mơ màng, buồn nôn phi lý; là một người hào sảng phung phí cả trí tuệ, lý tưởng, máu xương cho số phận chung, hay một kẻ ti tiện thu vén cho riêng mình; và, sau cuộc hoang tàn, những ai được tự do dù thân phận lưu vong, hay một *"lũ chúng ta lạc loài dăm bảy đứa"*- [thơ Vũ Hoàng Chương], ở lại quê nhà với khốn nhục tù đày; tất cả, đối với lớp chúng tôi, giờ đây chừng là hình bóng xa xăm như từ kiếp trước. Chừng là bỏ lại dọc dài trên hành trình lịch sử là những chiếc mê đay lẫn những đôi nạng. Chừng là những mái đầu bạc, hôm nay, thầm chia sẻ cùng nhau một thời đại Việt Nam, một thời hiếm hoi, lạ lùng nhất trong lịch sử nhân loại.

Tôi cùng đi một thời với những số phận ấy. May mắn, một ít chúng tôi, còn sống rán. Chỉ thủ vai, *"Một sinh-vật-trong-số-đỏ, chờ diệt chủng"*, như các anh thường nói đùa mỗi lần nhậu mút chỉ với tôi. Trong nụ cười, chúng ta vẫn nghe xa xăm những tiếng khóc.

Tôi cũng hiểu một ít đạo lý Đông phương, tia sáng an thiền. Một người vào bực thềm tuổi 85 như tôi, thì chẳng nên hứa hẹn gì với tương lai. Không nên vung vít, va vịn vào những tham lam không phải đạo.

Đêm đặt lưng xuống giường, đêm nào của tôi hôm nay, cũng có thể là đêm cuối cùng. Tôi viết một truyện luôn nghĩ là truyện cuối cùng. Mỗi câu, mỗi chữ là mỗi cái bắt tay, rất thân ái, trên đường tiễn biệt. "Chào chữ nghĩa, Ta đi"

Nghĩ vậy, sớm mai lỡ mình còn thức dậy, còn nở nụ cười dưới ánh dương, nhận ra mình còn tràn đầy hạnh phúc trời cho. Đặt bước chân lên con đường hôm qua, luôn nghĩ đây là một con đường mới, con đường đứa bé vừa bước đi những bước đầu đời... Mỗi sớm mai, một ngỡ ngàng. Đứa bé, chưa có quá khứ, đang còn chờ tương lai! Nó chưa dám hứa hẹn gì với Những-Ngày-Sẽ-Lớn.

Tái sinh! Vậy cũng nên viết thêm một cái gì. Viết thêm được một cái gì, ấy là do cái phận tái sinh.

Tôi hằng nghĩ ra câu chuyện như vầy. Xưa, có ba người bạn già đi trong đường núi. Thấy một viên đá tảng nâu đen, quá đẹp quá lớn, một người bỗng chỉ tay vào tảng đá, mà nói: *"Kiếp trước Ta là tảng đá này. Kiếp sau, Ta là tảng đá này".* Nhiều năm sau ba lão đã ra người thiên cổ. Nơi đường núi ba người từng đi qua, bên cạnh tảng đá có sẵn đã hiện thêm hai tảng nữa. Một cụm ba. Đã hóa đá, vẫn còn Tìm nhau.

Phạm Viêm Phương: *Xem ra ông rất còn yêu đời, một điều đáng quý. Theo chỗ tôi biết, hầu hết các tác giả sau khi viết xong một tác phẩm thường là cho công bố và in thành sách sau đó không bao lâu. Điều này rất tiện lợi cho độc giả, khỏi phải lục tìm rời rạc đó đây trên các báo giấy hoặc trên các trang mạng.*

Riêng ông, một đời dài làm việc, ông viết rất nhiều, và liên tục, từ trước 1975, sau 1975 ở trong nước, và bây giờ ra khỏi nước ông vẫn công bố nhiều tác phẩm mới viết gần đây. Nhưng đầu sách ông cho in ra là rất ít so với những gì ông đã viết. Vì lý do gì? Ông nghĩ gì về việc này?

Cung Tích Biền: Câu hỏi rất thú vị. Ngày nay có những phương cách lưu giữ tài liệu theo kỹ thuật tân tiến, có thể trăm năm còn. Trước 1975, chỉ có cách in ra thành một quyển sách mới lưu giữ được lâu bền những gì mình đã viết, lại tiện cho người đời về sau, muốn truy tìm tài/ tư liệu về một tác giả.

Nói về thời Cộng Hòa, tôi có nhiều sai quấy về việc in sách. Phụ bạc cái chữ mình viết ra. Do nhiều lý do:

- Thời chinh chiến, tôi là một người lính, sống chết biết lúc nào, viết rồi, báo hỏi bài, đưa đăng ngay. Không ít trong đó, chỉ là bản sơ thảo. Rất may, nó đã khá hoàn chỉnh.

- Mỗi sớm mai, chiều chiều, khuya khoắt, hễ ngồi vào bàn viết là tôi bị ý tưởng trào dâng, chỉ có viết và viết cái mới, không có khoảng trống cho việc đọc lại cái gì mình đã viết qua. Do vậy, bản thảo quá nhiều, bài chưa đăng cũng còn rất nhiều.

Hiện nay, số bài viết, loại sơ thảo, xem như tài liệu trong ngăn kéo của tôi, tôi in ra trên giấy A4 [không phải sách] để lưu lại cho vợ con. Về sau người ta muốn in thì in bằng không thì bỏ/vất đi.

- Thời trai trẻ đầy tự mãn, nghĩ rằng, nếu tác phẩm mình có giá trị, đời nay mình không in, thì mai sau, cũng có kẻ liên tài, vì chữ nghĩa, vì đòi hỏi của người đọc, người ta sẽ in tác phẩm của mình.

Hóa ra, sau 1975, sách báo bị đốt bỏ, bị cấm in ấn lưu hành. Tất cả là trụi hủi. Một thời viết, trở ra đồi hoang núi trọc.

Nếu trước kia tôi in cho xong phần đã viết – đương nhiên một mớ, nay nó có thể lỗi thời, xưa rồi Tám – nhưng hãy còn những sách trong thân phận sống sót. Bây giờ nếu muốn in lại những tác phẩm của tôi trước 1975, xem là tương đối còn chút giá trị lưu đời, thì không thể. Xem như tuyệt bản.

Tất cả thư viện tại Việt Nam, người ta vừa muốn lưu trữ vừa muốn *"Cho chết mẹ mày đi"*, nên việc sưu tầm rất khó. Tất cả các tạp chí có giá trị, như *Bách Khoa, Văn Học, Sáng Tạo, Nghệ Thuật, Khởi Hành*...đều không còn trọn bộ, có số này mất số kia.

Mà chẳng dễ gì tự thân nhà văn Miền Nam, trong trường hợp của tôi, làm được cái việc sao lục tác phẩm của mình.

Một lần, năm 2005, tôi đã làm đơn xin phép sao lục. Bao lần khó khăn, sao lục được một mớ, nhưng sau cùng thư viện xét lại, không cho tôi đem ra khỏi thư viện.

Lý do, văn chương phản động.

Phạm Viêm Phương: *Theo chỗ tôi biết, có nhiều thư viện lớn của Mỹ hiện vẫn còn lưu trữ tất cả những gì được in ấn thời Việt Nam Cộng Hòa, rất tiện cho việc sưu tập. Ông có nghĩ rằng những gì ông cho là tuyệt bản vẫn có thể tìm thấy ở những nơi này?*

Cung Tích Biền: Đúng là như vậy. Một số tác phẩm tôi nghĩ là nay nó chẳng còn vết tích, nhà văn Trần Hoài Thư đã tìm thấy tại các thư viện Mỹ. Phần lớn nằm trong thư viện Đại học Corneil. Truy tầm ra, ông đã rải rác cho đăng lại trên *Thư Quán Bản thảo* -- một tạp chí do ông chủ trương tại Mỹ, mục đích bảo tồn văn học Miền Nam 1954-1975. Nhân đây, một Lời nặng tình, tôi xin cảm ơn Nhà văn Trần Hoài Thư.

Từ nay, sang được nơi có tự do in ấn, tôi sẽ cố gắng, được chừng nào hay chừng đó, thu dọn, một cách làm vườn, đốt lá khô chiều tà, để rồi lần lượt in thành sách những gì mình đã viết. Nhiều lắm, rất nhiều, những sáng tác thuộc nhiều thể loại, cả những tác phẩm xuất hiện trên các trang mạng Internet, nay vẫn chưa in thành sách.

Không hiểu ra làm sao, mỗi thể tài dù nhỏ nhoi, tôi cũng viết một phùa tới ba bốn nghìn chữ. Mỗi truyện "Cây đa đầu làng", tôi viết đăng bốn kỳ tuần báo *Đời*, 1968, một thiên thời sự, nhiều độc giả rất ưa thích, nay đã không còn lưu giữ được một trang nào. Nhiều truyện vừa, những truyện dài, đăng báo *Nghệ Thuật, Khởi Hành, Đời, Quần Chúng*, chưa kể nhiều tiểu thuyết feuilleton, xuất hiện trên các nhật báo *Độc Lập, Đông Phương, Dân Chúng, Điện Tín, Sóng Thần, Hòa Bình*... nay tôi chưa hề in một quyển nào.

Nói vậy, giày dép còn có số. Đã vậy hay vậy. Từ từ " Gỡ rối tơ lòng...thòng".

Kỳ III.
Tiếng Nói của Đời. Tiếng Nói của Chữ.

"Văn chương, gọi là sống, khi nó còn Tiếng Nói. Tiếng Nói cho hôm nay. Tiếng Nói vì mai sau" [Lời Nhà văn Cung Tích Biền]

Phạm Viêm Phương: *Nhân nói về tác phẩm của ông, tôi muốn hỏi về bộ hồi ký. Đọc bài phỏng vấn ông trên trang mạng www.talawas.org năm 2007, tôi thấy Lý Đợi có đề cập tới bộ hồi ký của ông. Hồi ký cũng là thể loại độc giả luôn tìm đọc Trên một thập niên rồi hẳn ông đã hoàn thành?*

CungTích Biền: Chưa hoàn thành. *Chỉ có thể hoàn thành khi chính tôi phải tuân thủ một số tiêu chí nghiêm ngặt khi viết hồi ký.*

Hồi ký là một loại rất dễ viết, nhưng với tôi, lại rất khó.

Phạm Viêm Phương: *Vì sao lại trớ trêu, khó lẫn dễ trong thể loại này?*

Cung Tích Biền: Hồi ký là một thể loại dễ viết nhất, mà cũng là khó viết nhất. Cả hai đều đúng bon cả.

Dễ viết, là một người Việt Nam, sống qua một lịch sử khá kỳ lạ non thế kỷ nay, nếu muốn viết về cuộc đời từng trải của mình, thì bất cứ ai cũng có thể viết nên một quyển hồi ký.

Một cô gái lớn lên vào thời chiến chinh, bỏ đồng quê làng mạc, chạy nạn vào thành phố, giàu có nói chi, tới bao nhiêu gian truân, có khi làm đĩ nuôi con; có khi lấy một lính Mỹ, theo chồng Mỹ qua Mỹ thời hậu chiến, bao nhiêu vật đổi sao dời. Một cô gái đẹp, phải nhà nghèo, đành lấy chồng người Hàn Quốc, cả người cà thọt, anh cà nhổng; thu món tiền lo cho cha mẹ, già bệnh nợ nần; sống trên đất người, cho tới ngày luống tuổi, đêm hắt hiu, chiều tàn hương bên xứ người, thương cha nhớ mẹ, mái nhà bụi chuối, đám bèo trôi miền sông Tiền sông Hậu.

Một người lính Cộng hòa, đẫm máu trận mạc, là một thương binh, nạn nhân của một kẻ thù cùng chung họ hàng huyết thống, nay chống nạng đi giữa Sài gòn bán vé số, con cái bị đuổi khỏi trường, vợ bị bệnh tâm thần, nhà dăm mái tôn nóng nung người, gạo đong từng bữa; lâu lâu có chút tiền được đồng đội cũ thương tình từ nước ngoài gởi về cho, tức khắc bị an ninh phường làm khó, tịch thu...

Muôn vạn cái sự đời tưởng khó xảy ra lại là chuyện thường ngày, cơm bữa trên Xứ Việt.

Ông trời thương tình, cho mỗi phận người chúng ta quá nhiều "chất liệu" lẫn "chất lượng" sống. Ngay cái chết, xác chết cũng nhiều màu. Cờ vàng chết vàng. Cờ đỏ chết đỏ. Vàng đỏ pha lộn tùng phèo, thì chết nâu. Chết nâu kéo dài hơi lâu. Phải tốn vài mươi năm sau để hối hận, phản tỉnh vì hai chân bước nhầm, trí não mê sảng một thời, trái tim hóa ra nồi cơm thiu ngay tuổi thanh xuân. Dưới bóng mặt trời hóa ra Người-mất-Bóng.

Mỗi đời người Việt Nam là một vở trường kịch, một tiểu thuyết tâm tình, một hồi ký đáng đọc.

Dễ viết, vì đó là kể về đời mình, sống thế nào viết/kể ra thế ấy. Không cần hư cấu, tưởng tượng, tìm tòi; mọi thứ đã có sẵn, cứ tuần tự theo trí nhớ; như có sẵn gạo, đủ nước, sẵn củi, thì đổ vô nồi mà nấu. Gạo ngon thì cơm ngon. Đời nhiều éo le uẩn khúc, các nhà văn học giả, tài tử giai nhân, tướng tá trận mạc, bậc quan quyền, dính líu tới đủ thứ vận mệnh chung, của lịch sử, của thế gian một thời, thì hồi ký của họ càng nhiều người tìm hiểu, cần đọc.

Khó viết, vì trước khi viết phải tự hiểu mình là ai. Cái đời mình có là một tượng trưng, qua đó người hậu thế nhặt ra được gì từ quá khứ, mang giá trị khái quát về lịch sử, xã hội... một thời. Viết, để bàn thờ cho riêng con cháu mình đọc, để biết ông cố nội thuở ấy sống ra sao, khác với những gì cần công bố cho toàn thể, đời sau.

Khó viết, là phải trung thực -- tôi không bàn tới những thể loại biến thể của hồi ký, cận hồi ký -- không hoa lá cành thêu thùa, tiểu thuyết hóa. Không đặt điều mạ lỵ vu khống kẻ khác để trả thù, hoặc người đó tài năng danh vọng hơn mình. Khách quan. Khiêm tốn. Thành thật. Không lợi dụng hồi ký, di cảo, để lắm lời tự tôn vinh, đánh bóng mình. Không ngụy trá, tìm cách biện hộ, thanh minh, để chối bỏ những sai lầm, thậm chí tội ác, do chính mình gây ra.

Hồi ký, là bản sao của người thật việc thật. Nhưng, ***cầm bút, viết cho đúng cuộc đời của chính mình không là một việc dễ dàng.*** Xấu che, tốt khoe. Cái gì cũng nâng cấp chút ít. Tổng thể, y rằng con nhái hóa ra to đùng con bò vàng.

Khó viết, giá trị của hồi ký là từ nội dung, những sử liệu, dữ kiện, cái thực tế trực tiếp diễn ra; văn chương, chữ nghĩa, kỹ thuật hành văn, chỉ là phần phụ. Tuy nhiên người có văn tài, hồi ký của họ mang một ý nghĩa khác, giá trị khác, rộng tỏa, hấp lực hơn.

Có những hồi ký mang giá trị một tác phẩm văn chương.

Cái khó nữa, là giới hạn của văn tài. Cái bay bổng, lãng đãng thoát ngoài, cái quyến rũ của văn chương nghệ thuật làm cho "rời xa" sự thực, sa đà vào con đường hư cấu – điều tối kỵ của hồi ký. Những thẩm xét, nhận định, thay vì chuẩn xác, lại trở ra mất tính trung thực, thuần cảm tính, phi khoa học. Biến cái gai đâm chảy máu người hóa ra cái hoa Đỏ hoa Hồng.

Dễ - khó là vậy, nên tôi đã qua hơn ba lần, đúng ra là ba loại, bản thảo hồi ký mà vẫn lưỡng lự. Hãy còn trong vòng "Cần đọc lại", trước khi công bố.

Phạm Viêm Phương: *Vì sao có ba lần lẫn ...ba loại?*

Cung Tích Biền: Khởi đầu, những năm cuối của thập niên 60 thế kỷ trước, tôi chủ tâm viết một bộ trường thiên; dưới dạng hồi ký tiểu thuyết. Bộ này có tựa đề, *Chiến tranh và Quê nhà,* đăng trên nhật báo *Hòa Bình,* phát hành tại Sàigòn. Được đâu hơn trăm kỳ báo, tôi ngưng. Lý do, *không thể viết bằng văn phong nhật báo.*

Năm 1970, lần nữa tôi viết *Luống Cải Vàng* một tiểu thuyết có tố chất hồi ký, đăng trên tuần báo *Đời*. Đây là tác phẩm có nhiều độc giả ái mộ. Mãi gần đây, non nửa thế kỷ, nhiều anh em còn nhắc lại, như nhà văn Phùng Ng. Nhà thơ Nguyễn Đức T... Sau khi chấm dứt *Luống Cải Vàng,* đang viết và sẽ đăng tiếp quyển thứ hai, thì tuần báo này đóng cửa.

Sau 1975, ngưng bút 12 năm. Năm 1995 thấy mình đã nhiều tuổi, cần phải thực hiện gấp. Ngoài một bản viết trên máy tính, tôi đọc vào máy ghi âm. Lúc uống cà phê, lúc ngồi bóng cây trong vườn, về đêm khi chưa ngủ, tất thảy là đọc máy ghi âm.

Con gái tôi giúp cha, thuê một cô thư ký đánh máy những gì tôi đọc vào máy. Thật là tiện lợi. Đọc một giờ, cô thư ký đánh ra khá nhiều trang. Nhưng một trở ngại không ngờ. Tôi dân Quảng, giọng Quảng thô thiển chính gốc. Cô đánh máy người Nam, khá nhỏ tuổi, chưa kinh nghiệm gì. Ý chừng cô cũng có tài văn chương! Đánh đâu được hơn trăm trang giấy A4, tôi đọc lại thấy sai be bét. Tá hỏa tam tinh. Những phát âm giọng Quảng Nam, như *"bô gộ, tổ lô"* cô vẫn đánh máy nguyên xi, không hiểu ra là "bao gạo, tào lao". Cô lại có cái thói quen thêm chữ, cô bảo là cho êm xuôi và đủ nghĩa. Tôi đọc "Chiều vàng", cô đánh máy là *"Những buổi chiều vàng"* "lá rơi" thành ra *"lá rụng rơi xuống đất"*.

Nhà văn, có khi viết một trang truyện, nhanh hơn ngồi chỉnh sửa, cũng một trang ấy. Công trình thu âm đành bỏ, Hiện nay tôi còn lưu phần ghi âm trong máy.

Phạm Viêm Phương: *Ông đã đọc và nghĩ gì về các di cảo, hồi ký của các tác giả trong nước?*

Cung Tích Biền: Tôi đọc khá nhiều, nhưng không có ý kiến gì cả. Hồi ký, di cảo của họ đã là sách, là của-công-chúng rồi. Việc thẩm định hay-dở, yêu-ghét, đúng-sai, đó là việc của công chúng, đời nay lẫn đời sau.

Tuy nhiên tôi hiểu, bất luận là ai, ở phía thắng hoặc bại, muốn khen chê, nên hãy đọc tận mắt cái chữ, trang sách, thì sự khen chê nó trung thực hơn.

Phạm Viêm Phương: *Qua nhiều tác phẩm, cả ngắn lẫn dài, tôi thấy ông thay đổi nhiều kỹ thuật và bút pháp. Xin hỏi ông, vì nguyên nhân nào khiến ông thay đổi?*

Cung Tích Biền: Nguyên nhân đầu tiên, là thời gian cầm bút của tôi quá dài – trước 1975, sau 1975, hôm nay tại hải ngoại – khá tùy thuộc vào mỗi cấp độ thời cuộc. Thời cuộc này luôn biến động biến chuyển chóng mặt. Nhịp bước của đời sống, và nhu cầu của người đọc luôn phải khác. *"Muốn ứng đáp đúng cái nhịp điệu, cái hơi thở bình sinh, cần tới cái nơi nó-phải-tới, thì văn chương của chính mình phải chuyển hóa."*

Chuyển hóa, là luôn phải gạn lọc để từ bỏ cái cũ, và nhạy bén trong việc tìm ra và hòa nhập với cái mới. Viết một tác phẩm mới, phải có gì khác lối viết cũ, cả nội dung lẫn hình thức. Anh thấy rõ hành trình sáng tác của tôi khá cách xa và khác biệt nhau, ở mỗi thời kỳ.

Trước 1975, Miền Nam tuy có chiến tranh khói lửa, loạn ly, nhưng nền Cộng Hòa có một chính thể đa nguyên, một hệ thống hành chánh đâu ra đó, luật pháp tương đối minh sáng, một nền văn hóa, giáo dục có mục đích nâng cao dân trí, chấn hưng đạo lý, lấy nhân văn, đạo đức làm người, làm đầu. Trong một chế độ có mọi quyền tự do, trong đó có tự do sáng tác, mọi ngành văn học nghệ thuật âm nhạc phát triển vượt bậc hơn mọi thời đại, đương nhiên là riêng Miền Nam Cộng Hòa. Văn chương của tôi, với bước khởi đầu là phóng khoáng nhưng đơn giản, minh bạch.

Sau tháng Tư 1975 tới hôm nay, thế sự đã khác thời Cộng Hòa một trắng một đen. Trong sự theo đuổi ngày ngày, để tìm diệt sự tự do sáng tác, thủ tiêu chân lý, bao vây tư tưởng, đưa lên giàn hỏa những gì mang tính nhân văn, văn chương tôi cần thiết phải tìm nơi trú ẩn. Đó là sự thay đổi thủ pháp. Là, thay áo cho ngôn ngữ.

Vẫn một lòng trung thành với mục đích mình chọn, là luôn-phải-có-mặt, nên phải tìm cách ngụy trang.

Trước 1975 là tả thực, văn phong giản dị, những căn cốt để trình bày là trực tiếp. Sau 1975, là bước từng bực thềm, phải nhờ vả tới phép ẩn dụ, mã hóa, sang biểu hiện tượng trưng. Nặng tính ngụ ngôn, huyền ảo, biểu niệm siêu hình, qua Bóng, Máu, Mùi, Xác, Xương...

Đời viết của tôi như vở bi hài kịch có ba màn. Màn Cộng Hòa, màn Cộng sản, màn Cờ Hoa. Màn nào tôi cũng phải trên sân khấu, phải tròn vai mình thủ, diễn.

Bây giờ tôi ở Mỹ, đang trên sân khấu màn thứ ba. Một tình trạng bão hòa. Thế thái là tìm một sự quân bình. Chắc chắn bút pháp văn phong, nội dung chung chạ hẳn sẽ khác hơn trước. Có một chút ung dung, một chút tươi thắm.

Ở màn thứ nhất, trước 1975, có tình người rộng lớn, có em mơ mộng, có Mẹ rộng lòng. Ở màn thứ hai, sau 1975, trên bàn viết là dao búa, mặt nạ chống hơi độc, là cái bình độc dược để tự xử. Nay màn Kết, lúc có thể cắm một cành hoa trên bàn viết. Ám ảnh dần phai màu. Gió Đông phương bây giờ, là kỷ niệm, gợi nhớ, làm nền cho suy tưởng.

Mỗi lịch sử can qua, mỗi đổi thay môi trường sống, cũng là mỗi nguyên nhân để văn chương đổi khác.

Phạm Viêm Phương: *Đó là nguyên nhân thay đổi của riêng ông. Mong ông nói rộng hơn, có tính tổng quát?*

Cung Tích Biền: Nguyên nhân chung, là phải đuổi theo nhịp tiến hóa. Thay đổi, cải tiến, làm mới, tái nghiệm, tất thảy đều là tiêu chí, nội hàm, của sự tiến bộ, một thể hiện sự tồn tại và sức sống mạnh mẽ của chính đời sống ấy, ngay đó.

Có một chỗ khác nhau giữa văn chương và khoa học. Một bên luôn làm mới sản phẩm của mình sao cho càng ngày càng đơn giản, gọn nhẹ, tiện và đa dụng. Một bên, sự thay đổi, của ngay một nhà văn, có khi từ câu ngắn, giản đơn, tả chân rõ nghĩa, trở ra trùng điệp câu chữ; nghĩa từ đa tầng, thủ pháp biểu trưng, ẩn dụ, huyền ảo, siêu hình.

Một nguyên nhân trọng yếu khác là vì nhu cầu thưởng ngoạn của người đọc. Họ luôn cần cái lạ, cái mới. Đòi hỏi những đáp ứng hiện tình. Đối với người đọc, không kể các loại sách ở những lĩnh vực khác, một tác phẩm văn chương, qua thử thách thời gian, nó không thể biến ra một giá trị đồ cổ. Một cuốn tiểu thuyết, một tập truyện ngắn, muốn tồn tại nó phải có sức sống, nghĩa là phải đáp ứng nhu-cầu-đọc của từng thế hệ.

Những vật hữu dụng ngày ngày từ đời trăm năm cũ, ngày nay không còn hữu/hiện dụng, một ít có thể biến ra, trở thành món hàng mỹ thuật, mang giá trị đồ cổ. Với một tác phẩm văn chương, ta sẽ không có cái thú nhìn ngắm, thưởng ngoạn những giá trị mỹ thuật, rất đời đời, như khi đứng trước cái bình sứ thời Tống, cái bình trà đời nhà Thanh, hàng nội phủ, cái hoàng bào của một vì vua.

Nhìn một cái bình cổ, người ta không đòi hỏi, không cần biết trong ruột nó có gì. Chẳng ai cầm một quyển tiểu thuyết một tập truyện, dù được lưu trong thư viện với danh nghĩa một quyển sách xưa, mà không lưu tâm tới cái ruột của nó.

Nay, ta đọc lại truyện Kiều, không phải bằng cái nhục nhãn, cái tâm thế lặng yên, là xem món đồ cổ, một vật dụng chỉ để nhìn ngắm, và nhiệm vụ cần phải bảo tồn. Những gì của chữ nghĩa Nguyễn Du nhiều trăm năm trước, hôm nay nó vẫn "còn sống nhăn", vì nó đang là cái gương soi thời thế, bản ghi nhớ cần thiết về bao quát cuộc sống, thân phận mỗi con người, chúng ta hằng sống.

Nguyên nhân này bắt buộc người cầm bút phải hiểu rằng "đổi mới" không chỉ ở kỹ thuật dựng truyện, bút pháp, mà chính là phần ý tưởng, tư tưởng.

Người thợ mộc làm ra sản phẩm từ gỗ, người thợ gốm làm ra cái chén cái tô từ đất nung, nhà văn mần ra sản phẩm từ cái chữ, con chữ. "Con", có thể vì nó "biết nói" chăng! Đời xưa nói với đời nay, qua chữ. Cha chết rồi, con mở di chúc cha để lại, xem Cha của mình đã "Nói" những gì.

Văn chương, gọi là sống, khi nó còn Tiếng Nói. Tiếng Nói cho hôm nay. Tiếng Nói vì mai sau.

Phạm Viêm Phương: *Đó là nguyên nhân. Ông có thể nói thêm về điều kiện nào, và phương pháp nào để ông luôn thay đổi thành công. Những câu trả lời của ông, chúng tôi xem như một món quà kinh nghiệm cho những cây bút trẻ hơn không?*

Cung Tích Biền: Phương pháp ư? Có hành trình, tất sẽ có thích-ứng-hành-trình.

Nếu tình nguyện cho Cái-Viết, cứ viết, sẽ đẻ cái phương pháp.

Muốn vào đường cách mạng, thể bỏ mạng cũng cách cái mạng! Mần đi, sẽ có sách-lược-hành-động.

Chẳng hạn, trước khi viết một truyện ngắn, tác giả cũng rất mơ hồ về *"Cái mình sẽ viết ra"*. Khởi đầu, chỉ một ý niệm, một trực giác, rằng, Sẽ-viết-về. Tỉ như chị Hai, một buổi sáng bất ngờ tưng tưng, *"Mình có bầu rồi"*. Hẳn nhiên, nhưng, *"Con trai hay gái? Chửa biết!"*

Cứ ngồi vào bàn mà viết, như vác dao vô rừng. Núi lạ, rừng hiểm. Phạt cây đạp cỏ mà đi. Từ đó thấy thêm ra trong rừng sâu có hươu nai thác nước suối trong. Thấy suối trong ngồi rửa mặt nhìn lung lay bóng mình trong nước. Nghe gió thấy nắng rừng. Gió nắng này nghe ra, khác gió đồng nội. Gió kia thổi qua thoáng đãng của đồng cỏ, bờ lúa. Gió này của sâm uất khí thiêng.

Ngành nghề nào cũng có phần kỹ thuật.

Trong văn chương, nói ra cái thủ pháp, cách dựng truyện, cấu trúc, bố cục, xử dụng từ ngữ, là bàn tới cách viết văn rồi.

Nên đọc những nhà văn lớn, không phải ròng bắt chước, đạo văn, mà rút ra ít nhiều bài học. Họ cực dị biệt về mọi mặt, tuy cùng một nền văn học. Lev Tolostoy với F. Dostoyvsky [Nga]; E. Hemingway và W. Faulkner [Mỹ]; Marcel Proust với Saint-Exupéry [Pháp]. Ta sẽ thấy ra chỗ đồng đẳng, cái giá trị thượng thừa của thế giới chữ nghĩa. Một bên văn chương đơn thuần, ngắn gọn, kiệm chữ, một bên đa ngôn, rừng thẳm, nhưng mục đích cùng là đưa người đọc tới chỗ ân hưởng được hoa thơm cỏ lạ, những tư tưởng vàng ngọc.

Nhìn qua người họa sĩ, cách dụng màu, có nóng, có lạnh, màu chủ đạo, trọng tâm. Quan sát ở nhà điêu khắc, phác thảo là tạo lập hình tượng tổng quan, tới đường nét nhỏ/vặt khi phúc thảo. Những nhà sáng tạo bậc nhất thường lưu tâm tới những nét nhỏ, khi nó mang tính đặc trưng, tiêu điểm, đi tới chỗ vi tế của mô tả. Viết cái truyện như xây một tòa lầu.

Chữ nghĩa trong một chương/ đoạn/ câu văn, có loại chữ là sắt làm cốt vững chãi cho xi măng, có loại chữ gạch ngói, vôi, gỗ; màu nóng màu lạnh như trong trong hội họa; như phông màn, đèn màu, vai chính vai phụ trên sâu khấu.

Mỗi nhân vật truyện là mỗi đứa con đẻ của nhà sáng tác.

Phương pháp, là tài sắp xếp chữ, câu chữ, tương hòa cấu trúc, bố cục ở mỗi thể tài, thể loại nơi nhà văn.

Bút pháp truyện ngắn rất khác biệt với truyện dài -- tiểu thuyết. Bên này là gỏi cuốn ăn từng cái. Bên kia là một cái lẩu, cần thập cẩm, một tập hợp "đa nguyên", hào phóng bung vãi, mở rộng, cho một cần thiết đại thể.

Vì phương pháp dựng truyện, có khi tôi phải cắt đoạn này chuyển sang chỗ khác. Không nên tiếc của. Có khi phải loại bỏ vài ba trăm chữ đã viết ra hoàn chỉnh. Trong văn chương, không nói bao đồng, phô bày kiến thức, không ra công dạy dỗ ai.

Viết, phải cô đọng, kiệm chữ, chôn giấu phần ý/tư tưởng. Nên dành sự suy nghĩ, chiêm nghiệm, sáng tạo, cho độc giả.

Có một "bọn chữ" rất cần thiết cho các thể văn chính biện, nghị luận, văn báo chí... nhưng chúng là giặc, bọn phá hoại văn chương, người sáng tác nên tránh xa. Đó là bọn *"tuy nhiên, tuy vậy, thế là, bởi vậy, đương nhiên, thật ra, nhưng là, thì là, chính vì vậy cho nên, tức thì, trái lại, do vậy, tuy thế, tóm lại, bởi vì..."* Lũ đó phần nào làm cho khô cứng, hỏng văn chương.

Minh biện trong văn chương là một thơ mộng, thả lỏng. Vì, chính bản thân nó, một tác phẩm, là giả dụ, hư cấu.

Để kết thúc câu trả lời, tôi dùng cái phép "ba phải", rằng nói cho cùng, chẳng phương pháp nào hơn cái... "phi phương pháp".

Nhà văn khi vào ghế ngồi, hắn là nạn nhân của một vô tình thúc đẩy, sẽ tự "diễn biến", theo cái xu hướng mới, có khi từ trực giác sai bảo.

Chẳng nên gồng mình quá. Trước tiên, phải có tự do với chính mình. Nên thả hồn đi. Phải nhẹ nhõm, thư thái, để bay bổng.

Kỳ IV

"Trên hành trình sáng tạo, nhà văn không chỉ thấy chiếc bóng của những thực thể hữu hình, sản phẩm của ánh sáng, mà là cả chiếc bóng vô hình, linh hồn của vạn vật".

[Lời Nhà văn Cung Tích Biền]

Phạm Viêm Phương: *Sau biến cố 1975, phần lớn nhà văn đã thành danh thời Cộng Hòa ở lại trong nước đã bỏ bút. Riêng ông cầm bút trở lại, sức viết lại sung mãn hơn xưa. Xin ông cho biết vì lý do gì?*

Cung Tích Biền: Bất cứ vì lý do gì, một nhà văn khi còn sức viết mạnh mẽ, mà không thể viết được nữa là một bất hạnh. Khi *"Không còn được viết nữa"*, vì những lý do áp bức, cường quyền, vì chữ-nghĩa-bị-gông-cùm, ta phải cố mà thoát khỏi cái bất hạnh ấy.

Trong hoàn cảnh một Việt Nam Hôm nay, một nhà văn khi còn sức viết mà không được viết, chỉ là bất hạnh thứ nhất. Nếu anh buông xuôi, chữ nghĩa anh sẽ chết, anh đành phải sống, trong thảm cảnh chết dần. Nếu anh viết tiếp với lòng trung thành, nhân văn, với cái gan nói ra sự thật, bất hạnh sẽ được nhân đôi. Đó là sự trừng trị từ phía nhà đương quyền.

Anh bảo rằng ngòi bút tôi sung mãn, sâu sắc, về sau?

Chính một giai đoạn lịch sử cuồng nghịch, xã hội con người dần biến ra một nhung nhúc tử thi, xú uế tối tăm, chính đó, đã tạo ra cho mỗi con người một sức bật mạnh mẽ để thoát ly.

Mỗi thoát ly một tính cách biểu hiện. Có người dương khẩu hiệu, cầm đao kiếm. Tôi là nhà văn, tôi trút vào chữ nghĩa. Chữ nghĩa, cũng là một loại thuốc nhuộm màu cho tâm cảm, tâm thức con người.

Phạm Viêm Phương: *Nhưng vì sao ông cầm bút trở lại vào năm 1987 mà không là sớm hơn hay muộn hơn?*

Cung Tích Biền: Lý do trực tiếp nhất là do/từ, một *"Hy vọng về một tương lai chính trị, cho một Việt Nam không còn bị độc đảng toàn trị"*. Từ những năm giữa thập niên 1980, những biến chuyển chính trị và xã hội lớn lao, từ nội bộ các nước Đông Âu và Đế chế Sô Viết, đã tỏ rõ là thời kỳ mùi chín để tự kết liễu. Các chế độ Xã hội Chủ nghĩa, sau đó nối tiếp nhau tan rã. Thể chế đa nguyên đã hình thành tại các nước này.

Lúc bấy giờ, dân chúng Việt Nam rất mực mong chờ một sự đổi đời. Nhưng những ngày "Mới" không hề tới, như ý nguyện của muôn người.

Trong cái ánh sáng hắt hiu của mong chờ, trong ngỡ ngàng của hy vọng dần tan, như một phục sinh từ lòng một chiếc áo quan, tôi cảm thấy mình *"Có thể sống lại"*. Một nhà văn, gọi rằng hắn ta còn sống, đang sống, khi hắn ta còn viết.

Việc cấp thiết là cầm bút trở lại, sau 12 năm gác bút. *Được viết như được thở.*

Truyện đầu tiên [1987] là *Dị Mộng*. Cuộc tái sinh này, là, *Một Trở Lại ngậm ngùi. Một Lên Đường, vẫn trong sương mù.*

Nhân vật truyện, Trần Khương Bật, một con người đang tuổi trung niên, đã chết, đã được tẩm liệm hẳn hoi trong áo quan đậy nắp. Nhưng Bật bỗng sống lại. Một cuộc đời khác. Một linh hồn tái sinh, một bộ não được tái khởi động, nhưng từ một hiện thực còn đóng kín bóng tối, Khương Bật đành phải sống trong kiếp người giả câm giả điếc. Khi cần thiết phải Nói-Ra, để thể hiện một quyền tối thiểu của con người, là hộc máu. Khương Bật chết vào một đêm thiêng liêng giao thừa, mồm ngậm máu oan, khi khói hương được con cháu thắp sáng trên bàn thờ tổ tiên.

Phạm Viêm Phương: *Như thế, khá nhiều tác phẩm của ông hình thành từ những dấu ấn thời cuộc, ông nghĩ gì về mối liên hệ giữa văn chương và chính trị?*

Cung Tích Biền: Theo cái nghĩa rộng của từ *chính trị*, thì văn chương không bao giờ thoát khỏi nó; hiện thực chính trị, hậu quả chính trị, ám ảnh chính trị; thêm/ và, món quà tiền bạc, quan tước, mà "người chính trị" ân thưởng cho "kẻ văn chương".

Nhà văn luôn phải thể hiện chính kiến của mình, qua tác phẩm. Giữ cho chữ nghĩa, hình thức thẩm mỹ lẫn nội dung còn là "dung nhan" văn chương; không bị chính trị "dắt mũi", sai khiến, quả là rất khó khăn. Làm sao để một truyện ngắn truyện dài không là một bài xã luận chính trị, một thông/báo cáo, một phiếu bầu ủng hộ nhà đương quyền, toa rập với những điều phi nhân nghĩa, là do thái độ của nhà sáng tác.

Có một chỗ cốt lõi, cũng là một phẩm hạnh và lòng trung thực với những gì đích thực là văn chương, thì nhất thiết, *"không thể dùng văn chương của mình làm tay sai, là con tin cho chính trị"*.

Chế độ độc đảng, độc quyền, chuyên chế nào cũng xem văn chương là nàng xinh đẹp, cái đối tượng để dụ dỗ, cưỡng hiếp. Nàng là của mình, phải phục vụ cho mình.

Ngã rẽ cuộc đời là rất khó khăn đối với một nhà văn, để, *"Anh đường anh, tôi đường tôi"*.

Chỗ này không phải nói suông mà được. Hãy xem một nhà văn, họ đã sống như thế nào, và đã viết những gì, thì ta mới cho ra một câu trả lời thỏa đáng.

Phạm Viêm Phương: *Vậy ông làm thế nào để vượt qua "số phận" hiểm nghèo này của văn chương.*

Cung Tích Biền: Phải răn đe với chính mình. Phải mang chữ nghĩa của mình "vượt biên" ra khỏi chốn nơi cưỡng bức tư tưởng, bôi nhọ tự do. Phải giữ cái dung nhan Nàng-xinh-đẹp, là chính Nàng. Phải luôn hiểu *"Mình chỉ đến với văn chương, văn chương là cứu cánh"*.

Xã hội chúng ta qua bao thập kỷ, bao cuộc biến thời cuộc, luôn bị chính trị, hay ít ra ảnh hưởng chính trị áp đảo. Bất cứ một sinh hoạt xã hội nào cũng dưới áp lực chính trị; được/bị chính trị hóa. Người cầm bút phải luôn nhật tụng, "Dù viết bất cứ những gì cũng phải trong cung cách, bản thân văn chương".

Cuộc tách thoát là rất khó khăn.

Tôi viết "Ngoại ô Dĩ An và Linh hồn Tôi", tháng 11 năm 1965, là lúc những con đường Việt Nam đã có dấu xích xe tăng Mỹ. Lúc này, tôi là một sĩ quan cấp úy thuộc Sư đoàn 21 bộ binh, Bộ Tư lệnh đóng tại thành phố Bạc Liêu.

Đã qua thời kỳ những người Mỹ ít ỏi có mặt tại Miền Nam Việt Nam trong vai trò cố vấn, tháng 3 năm 1965, một binh đoàn tác chiến của quân đội Mỹ đã đổ bộ lên cảng Non Nước, Đà Nẵng, để tham dự trực tiếp vào cuộc chiến tranh Việt Nam. Từ đó, chiến trường mở rộng, đồn lũy to lớn của quân đội Mỹ có khắp nơi ở Miền Nam. Trong núi rừng, giữa phố thị, trong các lũy tre làng Việt Nam, từ đây, đã có những biển người của quân đội Miền Bắc, và những thi hài của người lính viễn chinh Mỹ. Và, trên xứ sở thân yêu, đã có những cô gái Việt Nam – như nàng Dĩ An - mang thân phận không may, vì thảm cảnh điêu tàn từ chiến tranh đã mở rộng cửa.

Năm 1968 tôi viết "Bạch Hóa", năm cuộc nội chiến đã lên đỉnh điểm, lộ rõ mặt *"huyết nhục tương tàn"*. Cán bộ Sáu Vu nhân danh cách mạng một đêm khuya về tụ họp dân chúng chứng kiến việc mình chặt đầu cha của mình, vì ông ta là một chủ tịch xã dưới chế độ Cộng hòa.

Cùng lúc, "Tết Mậu thân", cũng những người con thân yêu của Huế ấy, trong những ngày thiêng liêng thờ cúng ông bà, ngày vui xuân chí mạng, họ đã lập tòa án nhân dân để giết người lương thiện, và tạo bao nhiêu nấm mồ chôn sống tập thể.

Anh thấy đó, "Viết về nó", nói rõ, vạch rõ sự kiện, đứng giữa máu xương lửa đạn, sự thù hằn, mưu oan hiểm độc, thái độ người cầm bút phải trái rất phân minh, nhưng phải cố gắng giữ sao cho "cái chữ" ngoài hình dung, trong xác cốt, phải là văn chương.

Phạm Viên Phương: *Ông đã có hơn nửa thế kỷ cầm bút và vẫn giữ được sức viết khi đã ngoài tuổi tám mươi. Tôi nghĩ rằng điều đó chắc hẳn dựa trên một nỗ lực tìm học và trầm tư không ngừng (ta tạm gác bỏ yếu tố sức khỏe). Ông có thể cho bạn đọc và thế hệ trẻ biết nên làm gì, tìm đọc những lãnh vực gì, rèn luyện gì để giữ bút lực sung mãn như thế không?*

Cung Tích Biền: Đúng là phải *nỗ lực tìm học, hàm dưỡng, trầm tư không ngừng, miệt mài làm việc.* Hành trình của một nhà văn là kẻ-đan-lưới-chữ, khác với một thi sĩ. Nhà thơ có tác phẩm để đời, đôi khi, chỉ qua vài phút nhập thần, một thoáng hiển linh câu chữ biến ra lời kinh.

Cuộc sống của tôi dai dẳng, khá phóng khoáng, lưu linh bạt mạng, trên cái nền chung hào hoa, hòa mình, gìn giữ cái tình thân với mọi người. Về đời văn, những gì tôi tự thân thực hiện và cố gắng gìn giữ, đương nhiên là trong chừng mực tôi có thể, khi còn sống còn viết, là những điều dưới đây.

1- *Khiêm cung* – một nghĩa nới rộng của khiêm tốn. Để tránh sự tự mãn và thậm xưng. Hiểu rằng, luôn luôn, lúc nào, mình cũng chỉ là một đóng góp nhỏ nhoi, chưa có thành tựu gì lớn lao. Lịch sử văn học, thế giới cổ kim của tạo tác trong văn chương nghệ thuật, là một núi rừng vĩnh cửu bao la, liên tục thay đổi và, luôn tiếp nối. Mỗi cây mỗi chiếc bóng, một vị trí nhỏ/ riêng. Mỗi riêng/nhỏ, may mắn là một đóng góp cho toàn cảnh, mà thôi.

Khiêm cung để mở rộng cõi lòng. Không khích bác, chê bai ai, không bầy đàn để áo thụng vái nhau. Luôn nhìn lại những sai trái của mình để chỉnh sửa, không lưu tâm tới những dư luận tin đồn ác ý, đặt điều, vu oan.

Khiêm cung là một thứ thuốc bồi bổ sức khỏe thượng hạng, không phải mất sức lên lớp ai, chẳng cãi cọ cùng ai.

2- *Thành thật*. Muốn *nỗ lực tìm học*, trước tiên phải thành tâm nhận ra sở học của mình còn thiếu/ kém. Xem đó là một "điểm chết" đầu tiên, cần phải có mục đích dài hạn theo đuổi, để thoát tối tăm, tăng dần sở kiến.

Khiêm tốn và *thành thật*, là yếu tố dễ dàng tiếp cận cái mới, những trào lưu mới, luôn biết tôn trọng những phát biểu của người khác, thậm chí những phát biểu ấy trái ngược với quan điểm của mình.

Khiêm tốn và *thành thật*, kết hợp với *tài năng* và *sự thông tuệ*, sẽ sinh ra sự bao dung tự tại. Sự minh sáng của tự tại sẽ tỏa ra những điều lớn lao lẫn tế vi, trong cuộc sống.

Trên hành trình sáng tạo, nhà văn không chỉ thấy chiếc bóng của những thực thể hữu hình, sản phẩm của ánh sáng, mà là cả chiếc bóng vô hình, linh hồn của vạn vật.

3- *Hiểu ra sự ràng buộc*. Nghề văn khác biệt rất nhiều những ngành nghề khác. Vị bác sĩ chữa bá bịnh. Nhà văn nhức đầu thì bác sĩ cứu chữa. Không có thuốc bổ não, thuốc tăng sức tưởng tượng, mơ mộng nào để viết văn hay.

Khó thể tin rằng có học vị tiến sĩ văn chương, thật đáng trân trọng, là đương nhiên trở thành một nhà văn. Trường Đại học Văn khoa bao thế hệ, nhiều nghìn sinh viên, đã sản sinh ra bao nhiêu nhà văn, qua tác phẩm, đúng với danh nghĩa.

Trường dạy Viết văn, hữu ích thật đấy, ở chỗ dạy người làm văn, làm con đều được buộc vào đầu một sợi dây. Từng ấy tầng cao, tung bay "phấn khởi" lắm, nhưng thế giới rộng trải của chính nó, là chỉ cố định, ở đầu một sợi dây. Dạy viết văn? là nơi chuyên nghiệp đẽo gọt, bào mòn trơn tru góc cạnh cá tính, nơi trợ lực để thủ tiêu tài hoa, gây thương tật cho những Đích-thị-văn-tài.

Hiểu ra những ràng buộc, những chỉ định phương hại tới dòng chảy tư/ý tưởng khi sáng tác, người cầm bút mới chấp nhận, dấn mình vào cuộc vượt thoát. Dứt bỏ những chướng ngại ma cỏ, những thường tình ươn thiu; để hướng tới những viễn kiến, tiên tri, dự phóng, vọng tưởng, hư cấu; và mạnh dạng, phóng khoáng cho ngòi bút trôi chảy.

4- *Cái Học*. Nói vậy, không phải nhà văn là không cần đi học, và Học.

Không thủ đắc được một nền tảng học thuật, triết học, thi ca, cả hội họa, âm nhạc nghệ thuật, người cầm bút, ngoài một ít năng khiếu trời cho, chỉ còn là cạn cợt, nghèo nàn, thiếu hơi. Chung chung là sống thêm những ngày trí não teo cơ.

Được một hạt giống tốt, chôn xuống đất, đương nhiên nó tự nảy mầm. Phải tận tâm xới đất, vào phân, tưới nước, cây mới sum sê dài ngày, bền vững, cho trái ngọt, quả lành. Nhà văn, kẻ luôn bức thoát khỏi vị trí cũ, khắc khoải chờ một lột xác, phục dựng.

Ngoài những lời dạy dỗ bao la chi tào của các triết gia, thánh hiền, nhà cầm bút muốn viết/tả cái sự đời cho rõ/tỏ, cho lung linh tận cùng cũng phải biết đến cả những cái nhỏ nhoi, vụn vặt. Chính cái vô tình của thiên nhiên, cái đương nhiên của tự nhiên, cái hành động thuần bản năng phi ý thức, do hằng đời đời đã tự có trong muôn loài, lại là cái "nết" biểu trưng chung cho muôn đời.

Hãy nhìn miệt mài cái cách con chim làm tổ, không đôi tay chúng dùng cái mỏ điệu đàng; xem cách con diều lao vút từ tầng không xuống mặt đất chớp nhoáng "đớp" một con gà con, và, sự tận hiến của gà mẹ bung hai cánh nhỏ bé bảo vệ đàn gà con. Cái an lòng một niềm vui tổ ấm, sự cạnh tranh, chiếm đoạt giữa các loài trong trời đất, và sự tự vệ để sinh tồn. Những hoạt cảnh ấy, ngoài tác động của thị giác, với nhà văn, hãy còn một biến thể, những cảm nghiệm trừu tượng, hằng lung linh lưu dấu trong tâm thức, tâm linh. Nó sẽ biến dạng, là ánh sáng rộng tỏa, khi kể lại sự vụ, trong cái truyện, trên trang sách.

Với người cầm bút, việc đọc sách không là một giải trí, thoát sầu, tìm vui. Đọc/ học/ ghi nhận từ sách vở, từ bầu trời trăng sao, từ mặt đất con thác đổ con kiến tha mồi mùa mưa lũ. Nhất nhất đều cho ta bài học, đều dạy ta, cho ta chất dinh dưỡng, nuôi sống ngòi bút.

Với chữ nghĩa, y chừng là một cái Đạo đối với người cầm bút. Một con đường khó khăn, phải năng tu tâm dưỡng trí; "cố cùng" mới đạt thành. Các Nho sĩ thời xưa, phải tắm rửa sạch sẽ, khăn đóng áo dài, mới ngồi trước án thư, mở cái chữ của thánh hiền.

5- *Cái Đi*. Cái Đi chính là cái sống. Bước đi càng dặm dài sự hiểu biết càng mở rộng. *"Đi một ngày đàng, học một sàng khôn", "Đi ra cho biết đó đây, ở nhà với mẹ biết ngày nào khôn"*, người xưa từng dạy. Nhà văn cần từng trải, qua không gian lẫn thời gian. Thời gian, để có đường trường sáng tác. Không gian để bản thân văn chương luôn thay áo mới.

Một người ở mãi trong làng trong nước, đương nhiên bằng lòng với sự thân thiện, hòa mình, thỏa mãn với tụng ca, *"Chỉ chốn quê hương là đẹp hơn cả"*. Nhưng ai đó "lỡ" đi ra ngoài nước một lần mới thấy mình cần đi đó đây.

Trái đất rộng tênh, biển chữ cổ kim vô bờ, đọc được chừng nào, thì đọc. Có điều kiện, tùy nghi túi tiền, du lịch đến được chỗ nào thì đến. Ít nhiều cũng là cái "có thêm", là bề dày từng trải.

Người dân ở những nước văn minh tiên tiến, người ta quanh năm làm việc hết mình, dành dụm chút tiền bạc, để tới mùa nghỉ dài ngày, là a-lô, ba-lô lên đường du lịch.

Đi ra ngoài, nhìn ngắm nhiều, giựt mình nhiều món lạ, cảnh đẹp, ông da trắng bà da đen, bác lạc đà, cô chuột túi, ngữ ấy phần nào nó triệt tiêu cái tánh nhỏ nhoi, thủ cựu, ta đây là nhứt.

Phạm Viêm Phương: *Xin được cắt ngang câu trả lời của ông. Hôm nay, đa phần bà con cho rằng việc đọc sách để tìm kiến thức là phí phạm thời gian. Đã có ông Gu-Gồ, thầy dạy bách khoa.*

Cung Tích Biền: Đúng là như vậy. "Ông" ấy là tay ký lục tận tụy, vô tư và rộng lòng, luôn sẵn lòng ban phát thông tin cho bất cứ ai cần. Nhưng muốn có một kiến thức sâu rộng ta phải cần một đòi hỏi khác, khắt khe hơn. Phải cần nhiều chiều hướng thông tin soi rọi, sâu rộng, ta mới có cái nhìn khách quan và cho ra một kết luận [tương đối] chính xác. Nó không đơn giản như việc tìm công thức để nấu một tô bún bò.

Hãy cho một thí dụ, đòi hỏi sự nỗ lực tìm kiếm và giàu trầm tư. Văn bản một lịch sử nào cũng có "kể lể", "kể công". Một của triều đại, của thể chế đương quyền. Và, một kia, là của thực thể đã tiêu vong, trước đó.

Nhà đương quyền luôn chép sử theo những gì mình cho là đáng/nên ghi chép. Tham vọng dương danh của kẻ đương ngôi, là luôn hạ nhục cái thể chế mình đã hạ gục. Thể thái ấy luôn bày rõ một sự đối bại, thiếu công minh, bỏ đi sự thật, tạo ra sự bịa đặt, hỏa thiêu, an táng những gì là đáng tôn vinh của bên chiến bại. Kết quả, đã lái công-việc-sử-ký sang *"Con đường một chiều".*

Bản "tự vinh danh" này của nhà đương quyền, đã được công khai dạy cho công chúng, được đưa vào sách giáo khoa học đường, cưỡng chiếm niềm tin của một thời; *tất thảy đó, là hàng giả mạo.*

Một bản kia, là viết vì sự thật, của máu, trong hàm oan. Bản ấy, có thể đang còn ẩn kín đâu đó, đó mới là Sự-thật-lịch-sử dành cho mai sau.

Nhà văn qua tác phẩm của mình, trong chừng mực khiêm tốn, ít nhiều đóng góp, là một người có trách nhiệm ghi lại, thanh minh cho lịch sử. Cần một cẩn trọng, nghiêm túc, không vì những thông tin son phấn, đánh lừa của những kẻ đã quên đi các công lao của tiền nhân, xem thường danh dự của giống nói.

Tôi xin dài dòng thêm, vì câu hỏi, *"Ông đã có hơn nửa thế kỷ cầm bút và vẫn giữ được sức viết khi đã ngoài tuổi tám mươi. Tôi nghĩ rằng điều đó chắc hẳn dựa trên một nỗ lực tìm học và trầm tư không ngừng (ta tạm gác bỏ yếu tố sức khỏe). Ông có thể cho bạn đọc và thế hệ trẻ biết nên làm gì, tìm đọc những lãnh vực gì, rèn luyện gì để giữ bút lực sung mãn như thế không?*

6- Sự hàm dưỡng. Con ong làm tổ, con nhện giăng tơ, là ở chỗ ra công nhặt nhạnh, từ từ gom tụ, tuần tự bày biện. Sự hàm dưỡng của một nhà văn là một công năng quan trọng. Không tùy hứng mà phải khổ công miệt mài, mới nên tơ, thành mật.

Tiếp nhận, giữ lại, tô bồi những dưỡng chất cho đường dài sử dụng. Hàm dưỡng tài năng, tri thức, sở học, kinh nghiệm, trên nữa là tâm thức tâm linh. Một cuộc tu tập man mác biển rộng sông dài, luôn phải thường trực, linh động.

7- *Ngoại ngữ*. Nhà văn cần biết ngoại ngữ là điều cấp thiết. Các nhà văn, học giả tổ tiên của chúng ta, vào thời *Gia Định báo* [Trương Vĩnh Ký], đến *Đông Dương tạp chí* [Nguyễn Văn Vĩnh], Nam Phong tạp chí [Phạm Quỳnh] đến Tự Lực văn đoàn [Nhất Linh]... hầu hết các vị đã thông tạo chữ Hán và tiếng Pháp.

Nguyễn Bá Trác [1881-1945] viết thiên ký sự *Hạn mạn du ký,* nguyên là bằng chữ Hán, về sau chính ông dịch ra tiếng Việt -- đăng trên *Nam Phong tạp chí* từ số 38 đến số 43 vào năm 1920. Cung Giũ Nguyên [1909 – 2008) viết tiểu thuyết bằng tiếng Pháp. Và, còn rất nhiều trường hợp nhà văn, học giả khác nữa.

Là nhà văn, tùy nghi, nhưng theo tôi, phải thông hiểu tiếng Anh và tiếng Pháp. Nói-nghe-đọc, không giỏi hai cái trước, thì cũng phải thông thạo cái sau, Đọc được.

Anh ngữ, để giao tiếp toàn cầu. Pháp ngữ, vì chúng ta có quan hệ nhiều mặt với người Pháp trong non thế kỷ lệ thuộc; muốn thông hiểu sâu rộng quá khứ qua tư/tài liệu, cần hiểu biết tiếng Pháp để tiện tra cứu. Thêm nữa, nguồn sách trước nay, được xuất bản toàn cầu, đa phần là tiếng Anh, tiếng Pháp.

Học thêm chữ Hán cũng là điều hữu dụng, vì tiền nhân chúng ta, ngoài chữ Nôm, có trên một nghìn năm dùng chữ Hán trong mọi lĩnh vực chính thống phải cần tới Hán tự.

Một lý do nữa, lâu nay, những tác phẩm nguyên ngữ rất nhiều, nhưng được dịch ra "Tiếng nước ta" thì quá ít. Việc dịch lại chậm trễ. Những danh phẩm thế giới, người ta đọc đã thời kỳ quá đát, vài mươi năm sau, ta mới thấy được bản dịch. Nếu có chút ngoại ngữ, đọc trực tiếp, trước khi được dịch, sự tiếp cận càng sớm càng tốt.

8- *Cần cù lao động, dành thời gian cho nghề nghiệp*. Lẽ thường, nghệ sĩ thì phóng khoáng, chơi nhiều, nhậu nhiều, nhảy đầm, đánh đàn, yêu hoa, si tình, lai rai đánh bạc, giao du đó đây tìm bạn tâm giao, lúc hứng thích mới sáng tác.

Tôi không dám bàn, dám khuyên với các "Nhà" khác. Nghề văn như nghề dệt vải, lại cung cách của thời thủ công như các gái làng quê thuở nọ. Dệt từng sợi, gõ từng chữ gian nan. Có khi khuya lơ, viết xong trang chữ, đẩy cửa bước ra ngoài, trăng về sáng mòn mỏi, một mình.

Phải thầm lặng, cần cù, ngày nối đêm mới có "sản phẩm". Trong thời gian có hứng thú sáng tác, phải tiết kiệm thời gian, phải kiêng cữ, mọi thứ như chị có bầu, tất thảy là vì đứa con đang mang trong bụng; tất thảy là mong đứa con sắp oe oe chào đời là một sinh vật lành mạnh, tinh khôi, không dị tật.

Cho nên, nhà văn phải chịu cái an phận. Anh mừng cho tôi có một đời viết lách bền bỉ trên sáu mươi năm, tới nay tôi vẫn *bàn đèn nghiện ngập cái chữ*. Anh ạ, cái đó là cách trả nợ. Một mối nợ già đầu chưa trả hết. Quả là trời hành.

Kỳ V.
Việc cầm bút, Cái-viết-ra, cũng là một Trả-Lời.

Phạm Viêm Phương: *Riêng ông, mấy năm rời xa Việt Nam có khiến ông hụt hẫng như bị cắt khỏi nguồn chất liệu sống như nguyên liệu không thể thiếu cho sáng tác (như thần Antaeus mất sức mạnh khi rời khỏi mặt đất của mẹ hẳn là nữ thần Đất Gaia) không? Nếu có thì ông vượt qua cảnh này như thế nào?*

Cung Tích Biền: Hỏi rằng "*...rời xa Việt Nam có khiến ông hụt hẫng như bị cắt khỏi nguồn chất liệu sống như nguyên liệu không thể thiếu cho sáng tác...*", thì tôi chưa hiểu hết, hoặc có thể hiểu lầm, giữa "chất liệu sống", và chất liệu "sống".

Tôi hiểu, *"chất liệu sống"* là cái luôn xảy ra trong đời sống. Chất liệu *"sống"*, cũng là những tương tác ấy, nhưng mình được trực tiếp tham dự, *người trong cuộc*, không qua "chế biến". Thịt sống là thịt chưa qua nấu nướng. Tiền tươi [sống], là tiền mặt đưa trực tiếp tay trao tay, không thông qua chi phiếu, hoặc chuyển qua trương mục ngân hàng của nhau. Chất liệu "sống", là cái trực tiếp nhìn thấy, trực tiếp tham dự, không thông qua các hình thức kể lại, tường thật hình ảnh.

Trong một thế giới "ảo" của hôm nay, mọi thông tin đều được toàn cầu chia sẻ trong từng phút giây, rất chi tiết, rất rõ thật qua từng lời nói, hình ảnh, từng con số. Tại Việt Nam, người hâm mộ có thể xem trực tiếp một trận bóng đá bên tận xứ Âu châu, Nam Mỹ, chỉ vài giây ngay sau khi trái bóng lăn trên sân. Bất kỳ một nơi nào trên trái đất cũng có thể theo dõi từng giờ con virút corona tác hành như thế nào, số người nhiễm bệnh, số người chết, thậm chí giá một cái khẩu trang nơi nào tăng cao nơi nào vẫn giữ nguyên giá bán. Bất cứ tình tiết, tình hình gì ở trong một nước, người nước ngoài vẫn có nhiều phương cách, phương tiện, kênh thông tin, để theo giỏi sát rạt. Như thế, người cầm bút chẳng mất đi đâu, *"nguồn chất liệu sống, như nguyên liệu cho sáng tác..."*.

Những gì cần biết về một sự vụ thì hãy còn nguyên đó. Chỉ thiếu một tác động quan trọng, nòng cốt nhất cho một nhà văn, là "chứng nghiệm tại chỗ", chất liệu "sống", mà thôi. *"Mất đi cái trực tiếp, cái sức nóng va chạm thời sự tại hiện trường"*, là mất đi một nửa cảm hứng, sức viết, mặc dù văn chương có là trên nền của một phần hư cấu. Ngồi ngay chỗ khán đài xem một cuộc đấu võ, một trận bóng đá, chất liệu "sống", hẳn khác xa với khi xem tường thuật, sau đó.

Chạm một vết thương của một người thân yêu, nhìn rõ dòng máu đang chảy, sờ vào máu đỏ, máu thấm đầu ngón tay mình, cảm xúc ấy, sự chia sẻ ấy, là rất khác khi từ xa, khi sau đó, mới được xem qua một lá thư kể lể cảnh tình, hay một đoạn clip vidéo quay vội.

Nói gọn, một người cầm bút, là phải tham dự; viết lại cái-mình-đã-có-mặt. Phải là kẻ trực kiến, từng chứng nghiệm. Những nhà văn khi thoát ly ra khỏi nước, viết được những tác phẩm lớn, chẳng phải chỉ do rặt tưởng tượng, thuần hư cấu, mà cốt căn tiên khởi, là chính họ phải/bị/đã từng là người-có-mặt.

Sống tại Việt Nam, cõi Quê nhà, mới viết thấu những gì từ Quê hương.

Ra Đi, sự hụt hẫng đeo đẳng, có thể là vậy.

Người cách xa quê nhà lâu ngày, dần dà quên đi sự mệt mỏi đương đầu tại chỗ; bị tiêu triệt sự mơ tưởng một cuộc đào thoát cái địa ngục khốn cùng, một tác động sống còn. Có thể, đã nói, *"Nơi nào có tự do, nơi ấy có quê hương".*

Đương nhiên tôi tôn trọng mọi phát biểu, nhưng tôi xin phép được hiểu theo quan điểm của tôi, về phát biểu trên. *Quê hương, như thế, đã như một điều kiện sống. Nơi nào tôi có tiền của, tôi có nhà cửa, có hạnh phúc.*

Bấy giờ, Việt Nam-Quê hương, chỉ là một nơi cư ngụ bình thường, như từng cư ngụ trên đất Pháp, đất Mỹ, chẳng một phút băn khoăn nào về sự mất mát, xa lìa. Mẹ đẻ ra, lần chôn nhau cắt rốn sẽ được xem là bình thường, chỉ là nơi xảy ra một sự kiện, như một dịp lãnh văn bằng tốt nghiệp thời du học, mà thôi.

Quê hương, bấy giờ, không là nơi an nghĩ tổ tiên, chẳng là nơi dấu máu, mồ hôi của lịch sử, của vi diệu vô hình, từ đó anh có bộ gen truyền nòi.

Nghĩ vậy, Việt Nam, cho cùng, chỉ là một cái tên trên bản đồ, để xác định vị trí một lãnh thổ. Như một con người phải là Y hay Z. Thông minh, ngu đần, cũng là nó. Lành mạnh hay què cụt, đau nằm liệt giường đời sống thực vật, cũng là nó. Việt Nam chống nạng, Việt Nam tâm thần, cũng là Việt Nam, một cái tên mà thôi.

"Nơi nào có tự do nơi ấy quê hương tôi", một cuộc bức tử Việt Nam - Quê hương ra khỏi nhau. *"Việt Nam quê hương tôi"*, đã hoàn toàn vô nghĩa.

Phạm Viêm Phương: *Vậy thưa ông, mặt trái của câu trả lời là thế nào?*

Cung Tích Biền: Trong câu hỏi của anh có cụm từ *"mặt đất của mẹ hẳn"*. Tôi hiểu là, *"Đất Mẹ"*. Nếu gọi là Đất Mẹ, ta sẽ nhận ra một cái Thương-nhớ-đáng-rùng-mình. Cuộc rùng mình rung chuyển tâm linh. Nó nấu nhuyễn cái thực tế thực dụng, trần trụi thô thiển, cái mừng-vui-cập-nhật của anh, để hiện ra trong anh cái thế-giới-hiển-linh. Khi hô hoán "Đất Mẹ", âm vang này nó rủ rê ta nghĩ tới "Hồn Nước". Một trực nghĩ xao xuyến, chạnh lòng.

Ở đây là một chuyển đổi trầm trọng về nội tâm, giữa Tối và Sáng. Giữa Xác-định hay Nghi-hoặc về một thân phận làm người.

Nó đòi hỏi anh, định nghĩa một "từ", phải đủ cả nghĩa đen lẫn nghĩa bóng.

Nghĩa đen thì rõ, nghĩa bóng nơi đâu?

Tôi sống dài lâu, sống giữa đời thực với thằng người có họ tên trong tờ khai gia đình, và sống trong/với những nhân vật bàng bạc tử sinh trong tác phẩm của tôi. Hai "đứa" này đồng cảm, thân thiết cùng nhau. Cả hai, thực-ảo, đang rất bâng khuâng hai cụm từ, *Việt-Nam-tôi* với *Quê-hương-tôi* chỉ là một, hay là hai cái-gì-đó khác nhau.

Có khi tôi ở Việt Nam nhưng không nghĩ đây là chốn Quê hương. Tôi và hầu hết nhân vật của tôi trong truyện, ai nấy đều nhận thấy, và đều an phận, *"Mình là kẻ tha hương ngay trên quê hương"*.

Lại có khi mình đang ở nước nhà, nhưng chừng, đây không phải là Việt Nam?

Trong cái tình yêu thiêng liêng ấy đang ẩn kín một nỗi đau cũng không thiếu chân thành, "Việt Nam hôm nay có phải là Việt Nam của chúng ta?" Một nhạc sĩ trẻ đã gào thét, "Việt Nam tôi đâu?"

Khi than van, *"Là kẻ tha hương ngay trên quê hương"*, hẳn là hắn đang có một Quê hương? Khi gào thét, *"Việt Nam tôi đâu?"*, hẳn là đã từng có một Việt Nam? Chỉ Đất Mẹ ấy, nay đang trong cuộc dày vò phân mảnh, vong thân; đã mất dấu vì bị đánh tráo.

"Việt Nam tôi đâu?" Có thể, một hồn thiêng hun hút, xa mờ, nay đành trả lại cho tổ tiên. Có thể, Việt Nam là một nền Cộng Hòa, nay đã 45 cái giỗ kỵ".

Anh ạ, một tác phẩm văn chương được hình dựng, tác giả ấy không chỉ có giấy mực, một nguồn chất liệu thực tế, và một mớ suy nghĩ đơn thuần trong trí não. Tác giả ấy phải cần mở rộng tưởng thức, tâm linh, phải man mác hóa thân trong cái thế giới diệu tưởng, huệ tâm. *"Chúng ta, sống trên Đất Việt, sống cả trong Hồn Việt"*.

Phạm Viêm hương: *Giang hồ thường nói, người sáng tác vừa cần có vừa khó chịu với nhà phê bình. Như vậy, trong đời, ông thấy thú vị, và thấy thất vọng, nhất với bài viết phê bình hay nhận định nào về tác phẩm của ông? Nếu không tiện nêu tên tác giả hoặc bài viết thì xin ông nói qua nguyên nhân khiến ông có cảm xúc đó.*

Cung Tích Biền: Đúng vậy, có một số nhà sáng tác rất "ớn" nhà phê bình. Ngược lại nhà phê bình cũng "hơi bị ớn" nhà sáng tác. Phê bình, chỉ được khen không được chê bai. Ông có là sui gia, là đồng chí, cũng không chơi với ông nữa.

Tôi nghĩ khác, một tác phẩm khi đã được công bố, là một Lên-đường-gió-bụi, khen chê là chuyện bình thường.

Sự cần thiết của việc nghiên cứu, phê bình trong văn học, tôi nghĩ rằng, *"Một tác phẩm được một tác giả viết ra, mới là người đi... một chân rưỡi, lúc được nhà phê bình ra tâm nghiên cứu, bình giải, là lúc đi đủ... cả hai chân. Độc giả đến với những tác phẩm lớn, cần một tầm cao tiếp cận, đều phải cần một 'cây đèn bấm'. Đèn bấm ấy là nơi nhà phê bình".*

Đây là nói về sự công minh chính trực giữa đôi bên. Cần thiết một phẩm hạnh, trí lực và ôn hòa khi tới với nhau.

Một nền văn học sẽ chịu nhiều thiệt thòi, một trầm trọng gieo rắc, ấy là lúc thiếu những nhà phê bình tử tế, uyên bác, thông tuệ, công tâm và khách quan khi cầm bút.

Ngoài việc giới thiệu, luận phê, bình giải, soi sáng các ngõ ngách một tác phẩm của nhà văn, nhà phê bình còn là một Mở Đường, để nhà văn thêm cảm hứng, nhiều kinh nghiệm cầm bút, về sau. Ngược lại, với những nhà văn có phẩm hạnh và nghiêm túc, tác phẩm của họ có nội dung tư tưởng, cưu mang sự kiện lịch sử, thể hiện thẩm mỹ thời đại, nhu cầu nhân văn, cũng là một tác động mạnh mẽ khiến các nhà nghiên cứu, phê bình khó làm ngơ. Phải động bút thôi. Không cứ là chỗ thân quen mới áo thụng vái nhau.

Một nền văn học ở thời hoàng kim rực rỡ, sẽ có những nhà văn lớn, có các nhà phê bình tầm cỡ, đúng danh xưng. Họ cùng sống trong mỗi phẩm cách, tôn trọng lẫn nhau; hòa điệu, tương đồng, soi sáng lẫn nhau.

Trong đời văn của tôi có một may mắn. Thời kỳ trước 1975 cũng như sau này, hầu hết các ý kiến ngắn, các bài viết trên các báo, từ các nhà văn, Chu Tử, Võ Hồng, Mai Thảo, Doãn Quốc Sỹ, Du Tử Lê, Phan Huy Đường, Hồ Nam, Lam Kiều, Viên Linh, Khánh Trường, Chu Vương Miện, Trần

Tuấn Kiệt, Trần Doãn Nho, Lê Hữu, Nguyễn Vy Khanh, Trần Hoài Thư, Nguyễn Lệ Uyên, Vương Trùng Dương, Đặng Phú Phong, Nguyễn Liệu, Chu Vương Miện, Nguyễn Đình Bổn, Việt Yên Lê, Nguyễn Lương Vị, Châu Đăng Long.... đến những Đặng Thơ Thơ, Đinh Từ Bích Thúy, Hoàng Ngọc Thư, Phục An, Ban Mai, Ý Nhi, Ngô thị Kim Cúc, Lý Đợi, Thận Nhiên, Trần Vũ, Phùng Nguyễn, Nguyễn Đức Tùng, Tuấn Khanh, Nguyễn Văn Thiên, Lưu Nhi Dũ, Nguyễn Tấn Cứ, Trần Tiến Dũng, Huỳnh Ngọc Chiến, Trịnh Y Thư... các ý kiến nhận xét, các bài viết dài ngắn về tôi, đều rộng lòng chia sẻ sự thành tựu chung của văn chương.

Đặc biệt, một số trong ấy có bài viết rất dài, những tiểu luận về văn chương của tôi đều đến từ, *những người tôi không hề quen biết, hoặc có nghe tên tuổi nhau nhưng chưa bao giờ có một lần hân hạnh gặp mặt, chưa một lần thư tín, trao đổi gì, trước đó.* Những bài viết nhiều tìm tòi, nhận xét công phu, rõ ràng người viết đã đọc của tôi rất kỹ lưỡng, có chủ tâm viết bài; thái độ sòng phẳng, khách quan, không vì giao tế.

Năm 1993, Nhà xuất bản Tân Thư in tập truyện *Thằng Bắt Quỷ*, gồm các truyện của tôi đã đăng trên tạp chí *Hợp Lưu* cùng vài truyện viết trước

1975. Ngay sau đó xuất hiện bài viết của Dịch giả Phan Huy Đường, ký tên Trần Đạo, tựa đề *Thằng Bắt Quỷ, Ba mươi năm nung nấu một ngọn lửa* [bài đăng trên tạp chí *Hợp Lưu*, số đặc biệt về nhà văn Mai Thảo]. Gần một năm sau tôi mới nhận được một thư tay, từ Paris của ông. Sau thủ tục thăm hỏi, ông đề nghị, và đã dịch tác phẩm của tôi sang Pháp ngữ. Trải mấy mươi năm, rất mong được gặp mặt nhau, dzô một ly rượu, ông đã qua đời năm 2019 tại Paris.

Tháng Ba năm 2008, tôi nhận được một thư của một Kẻ Xa Lạ, nhà văn Đặng Thơ Thơ. Cô thông báo với tôi là Ban Biên tập tuần báo mạng *Văn chương Không biên giới Da Màu* sẽ thực hiện một số *Đặc biệt Văn chương Cung Tích Biền*. Số đặc biệt này khá phong phú, từ 23 đến 28 tháng 8-2008. Cô là chủ biên, viết bài nhận định, có thêm một bài phỏng vấn 4 [bốn] triền miên phiêu bồng dài dặc. Hai năm sau, nhân dịp cô từ Mỹ về thăm Sàigòn, chốn quê hương lần đầu tiên tôi mới gặp cô.

Trong số báo trên của Da Màu, có bài của Nhà văn Dịch giả Đinh Từ Bích Thúy, tựa đề, *Phẩm tiết Cung Tích Biền, nhìn thẳng vào mặt trời và cái chết*. Đây là một thiên khảo luận công phu, nghiêm túc. Phải mười năm sau, 2018, lúc tôi sang Mỹ, lần đầu tiên mới gặp được cô, nhân dịp buổi Tưởng niệm Nhà văn Phùng Nguyễn. Lần đầu tiên gặp gỡ, cũng là duy nhất, cho tới nay.

Các bài viết của các nhà văn Nguyễn Vy Khanh – *Cung Tích Biền, những năm 2000;* Ban Mai -- *Cung Tích Biền và Xứ Động Vật Màu Huyết Dụ;* Đặng Châu Long; – *Khi nụ mai tàn em Bay*; là những tác giả tôi mới gặp lần đầu, tôi tặng sách, họ đọc và viết, một tự nhiên, trong sáng, vậy thôi.

Đặc biệt nhà văn Lê Hữu, cũng là một Kẻ Xa Lạ đối với tôi, chưa một lần gặp gỡ sơ giao, không thư từ qua lại, cho tới khi tôi đọc được một bài tiểu luận dài, rất công phu của ông, *Cung Tích Biền Giấc Mộng Rỗng Không.* Bài được đăng trên mạng Da Màu, www.damau.org, thể hiện người đọc, đọc thấu tận, thấy rõ ruột gan của nhà sáng tác.

Tự cổ kim, trong gió mây tương hợp đã nảy ra cái từ "tri âm", cây cầu huyền diệu gây hương, nối tình. Là nòi tình, mới tìm tới nhau. Là nhận ra hương, mới tới cùng nhau. Tử Kỳ có hai cái lỗ tai, một hồn thấu thị từ trong núi. Bá Nha có đôi bàn tay, những ngón tay thần, gởi tiếng đàn trên sông nước.

Trong văn chương cũng vậy thôi, có chỗ tri kỷ. Ngoài cái "xác chữ", còn "hơi chữ", "hồn chữ". Hơi chữ gợi hương. Hương đi xa, người tới gần. Hồn chữ là nơi thoát - thường. Là cái yên ba mờ mịt, cực kỳ biến hóa chỗ-vô-hình-tướng. Nó trói buộc kẻ lẳng lơ sẽ trót trôi theo dòng, một dòng hư ngộ. Qua hư ngộ là chạm trực ngộ, "Hồn chữ".

Rồi tôi phải trở về chỗ thế gian thường tình, ngồi vào bàn viết.

Với tôi, qua những chia sẻ nặng tình từ bá phương đổ về, đều là niềm vui, là Vào Ngõ Hạnh, không có chi phải phiền lòng.

Qua cuộc phỏng vấn này, tôi xin được cảm ơn tất cả, những tâm hồn, những tương ngộ, những bãi bờ cỏ xanh nước rộng.

Phạm Viêm Phương: Ông nghĩ gì về cuộc trò chuyện này?

Cung Tích Biền :

Rằng hay thì thật là hay

Nghe ra ngậm đắng nuốt cay trong lòng.

Thưa, Cụ Tiên Điền Nguyễn Du đã nói trước cho nỗi lòng của kẻ hậu thế đấy ạ.

Phạm Viêm Phương: *Thưa ông, nói tới "ngậm đắng nuốt cay", tôi chạnh lòng và muốn hỏi thêm ông một câu, cũng khá quan trọng. Câu này khá tế nhị, ông có thể trả lời, hoặc vẫn giữ tự đáy lòng, như bấy nay, thì tùy.*

Cung Tích Biền: Lại gì nữa đây?

Phạm Viêm Phương: *Sau biến cố 30 tháng Tư, 1975, chúng tôi biết ông ở lại trong nước, đời sống khó khăn mọi bề, ông vẫn đầy bản lĩnh bỏ ngoài những thị phi, những "Lời ra tiếng vào" rất có hại tới uy tín của ông, để bình thản tiếp tục cầm bút.*

Những gì ông viết, sau này, chứng tỏ ông đã có một thái độ rõ ràng với chế độ mới và thành tâm chia sẻ những thiệt thòi, đau khổ một thân phận chung của Miền Nam, trong đó có ông.

Ngay những gì ông viết trước 1975 cũng đã tỏ rõ thái độ chính trị của ông, tiêu biểu là truyện ngắn Bạch Hóa, ông viết từ 1968. Nội dung truyện có nhân vật Sáu Vu, một cán bộ, từ rừng núi trở về lập tòa án nhân dân xử tội cha của mình. Rồi, chính Sáu Vu thi hành nhiệm vụ cách mạng, là vung mã tấu chặt đầu người cha của mình, chỉ vì ông ta có một chức vụ nhỏ nhoi, một chủ tịch xã của chính thể Việt Nam Cộng Hòa.

Sự việc là như thế. Vậy, đâu là điều bí ẩn, khó tỏ lòng. Chúng tôi nghĩ, đến nay cũng đã 45 năm trôi qua, bao nhiêu nước đã qua cầu. Mong ông cho biết thực hư những dư luận không tốt về ông trong ngày xảy biến cố ấy?

Cung Tích Biền: Cảm ơn anh về câu hỏi. Cảm ơn thịnh tình muốn chia sẻ. Tuy nhiên câu trả lời rất tường tận của tôi về sự vụ này, tôi mong anh lưu giữ trong ngăn kéo, như một kỷ niệm, cuối đời tặng anh. Vậy xem như tôi xin phép, không trả lời câu này, tại đây.

Chỉ là bèo trôi xô đẩy:

Tôi, tự thâm tâm muốn *"sống để lòng, chết mang theo"*. Thêm một chút bí ẩn đời người.

Bốn mươi lăm năm trôi qua, tôi không tỏ bằng lời, mà tận tụy làm việc. ***Việc cầm bút, Cái-viết-ra, cũng là một Trả-Lời.***

Bốn mươi lăm năm, những vu cáo, gia oan đổ vạ cho tôi, thêu dệt những điều không có thật, thì bạn bè, độc giả, người đời đã hiểu cho tôi, minh oan cho tôi rồi.

Non nửa thế kỷ trôi qua, đến hồ sơ bí mật quốc gia còn được giải mã, huống chi chuyện riêng tư mỗi con người. Tất thảy đã/sẽ sáng tỏ.

Tôi yêu mến sự đoàn tụ, lòng hỉ xả. Tôi không là một con người trọn đời là Một Hoàn Hảo. Tôi khiếm khuyết và khập khiễng, nên luôn mong chờ "Nụ cười khi đến với nhau".

Phạm Viêm Phương: *Xin cảm ơn ông, nhà văn Cung Tích Biền, đã thật lòng bạch hóa những riêng tư, và cho những kinh nghiệm đã từng trải trong nghề cũng như trong cuộc sống hơn tám mươi năm qua* *bao thăng trầm của lịch sử. Thật là những bài học quý giá.*

Cung Tích Biền: Thành thật cảm ơn anh, Dich giả Phạm Viêm Phương, một cách nào đó để tôi có dịp trải tấm lòng. Anh quả là một "bác sĩ" lắm tài mổ xẻ.

Phạm Viêm Phương: *Lần nữa xin được chúc mừng ông. Rất vui khi thấy ông, một cụ tóc trắng đã ngoài tám mươi tuổi, vẫn còn rất minh mẫn, tâm trí lực rất dồi dào. Có thể, cách trả lời của ông khá nhã nhặn, vừa minh bạch vừa khiêm tốn; thêm, là sự hóm hỉnh hài hước đậm chất u mặc nơi ông, đã giữ ông gần gũi với chúng tôi, và giữ ông nán lại lâu dài với cuộc đời.*

Cung Tích Biền: Đại ca ôi, tôi được Bà Mẹ đẻ ra vào đầu năm 1937, Đinh Sửu, đích thị tuổi Con Trâu, một loài cần cù, chậm chạp. Đường đời trôi vút, truông đèo cao thấp. Bát ngát khỉ vượn, âm binh, là bạn cùng chung bình sinh hít thở với ta. Mùi cười của ta mùi khỉ. Trai gái yêu nhau, tỏ tình cùng nhau bằng ngôn ngữ vượn hú.

Bao năm, đời nó bỏ tôi vào cái lò thuộc da. Nước nó sôi dữ lắm. Lại được căng ra phơi nắng dữ.

Tôi, nay là miếng da trâu khô, được căng lên miệng trống. Nó rất đỗi im lìm. Nó kêu lên một đôi tiếng, khi ai đó sẵn cái dùi. Rồi nó lại im lìm.

Phỏng vấn ư? Đại ca gõ. Tôi kêu. Rồi tất cả, trong tôi, trở về với im lìm. Một Rỗng Không. Lòng Trống.

Phạm Viêm Phương: *Xin chúc ông mọi sự an lành.*

Cung Tích Biền: Đa tạ, Đại ca.

Midway City. Orange County.
California 28-3-2020.

<u>Ghi chú của Người Phỏng vấn:</u>

* Có một câu hỏi, Nhà văn Cung Tích Biền đã trả lời tường tận, nhưng ông muốn tặng cho Người phỏng vấn **được riêng giữ trong ngăn kéo** làm Kỷ niệm.

** Bài Phỏng vấn khởi từ ngày 28-1-2020, và kết thúc vào ngày 28-3-2020, được thực hiện qua điện thư và điện thoại viễn liên giữa Quận I thành phố Sàigòn và Midway City, Quận Cam, California. [PVP].

TIỂU SỬ & TÁC PHẨM

Cung Tích Biền
(tranh bút sắt của Nhốp, 1990)

Tên thật Trần Ngọc Thao, sinh ngày 8 tháng 2 năm 1937, khai sinh ghi 1938, tại làng Văn An, Thăng Bình, Quảng Nam.

- 1937–1945: sống chín năm thời Pháp thuộc, triều Nguyễn, Vua Bảo Đại.

- 1945–1954: chín năm trong vùng Kháng chiến Việt-Pháp, Liên khu V, do Việt Minh kiểm soát.

- 1954–1975: hai mươi mốt năm Việt Nam Cộng Hòa.

- 1975 – 2016: bốn mươi mốt năm dưới chế độ Cộng sản.

- Tháng Mười 2016: qua Mỹ sống tiếp.

**

- Đã học tiểu, trung, đại học.

- 1961: dạy Anh văn và Việt văn tại các trường trung học tại Quảng Nam.

- 1963: động viên vào trường Võ bị Thủ Đức, khóa 17. Tốt nghiệp Trường Sĩ quan Hành chánh Tài chánh khóa 10, thuộc Bộ Quốc phòng Quân lực Việt Nam Cộng Hòa.

- 1964: Vì lý do chính trị, bị chính quyền Tướng Nguyễn Khánh chỉ định cư trú tại Miền Tây, cách ly Miền Trung, thời hạn bốn năm (1964–1968).

- 1964–1969: phục vụ qua các đơn vị 211 Pháo Binh, Sư đoàn 21 Bộ binh (Bạc Liêu), Trung đoàn 10 Thiết giáp (Đức Hòa) Tiểu đoàn 251 Pháo Binh, Sư đoàn 25 Bộ Binh (Tây Ninh).

- 1970: giảng viên Trường Sĩ quan Hành chánh, Sàigòn.

- 1972: lập gia đình cùng Hoàng Thị Kim. Hiện sống tại California, Mỹ.

- 1973: giải ngũ cấp bậc đại úy. Giáo sư thỉnh giảng Viện Đại học Cộng đồng Quảng Đà, Đà Nẵng.

- Sau 30.4. 1975: vào trại Cải tạo ngắn ngày theo quy chế sĩ quan giải ngũ. Sống lây lất bằng đủ thứ nghề: đạp xe ba gác, chạy xe ôm, làm cu ly bốc vác, thợ mây tre lá, thợ sơn mài... Năm 1982 tạm ổn định nhờ vợ buôn bán sơn mài. Nhiều thập niên làm thân chùm gởi trong gia đình, được vợ và con gái ân cần nuôi dưỡng, rất mực đầy đủ.

**

Nghề và nghiệp trọn đời: Viết văn.

Là một Nhà văn Độc lập. Suốt một đời cầm bút, tới nay đã trên 60 năm, qua nhiều chế độ, dân sự cũng như quân đội, không tham dự bất cứ một nhóm, một thi văn đoàn nào; không hề là hội viên của bất cứ hội Văn bút (PEN Club), hoặc hội nhà văn nào, từ trung ương tới địa phương, trước cũng như sau 1975, trong cũng như ngoài nước.

Khởi nghiệp rất sớm. Có truyện và thơ đăng trên các báo từ 1956, với nhiều bút hiệu lúc ban đầu (Chương Dương, Việt Điểu, Uyên Linh) trước khi có bút hiệu Cung Tích Biền.

Với những bút hiệu này, đã đoạt được vài giải thưởng địa phương. Giải truyện ngắn ở Quảng Nam, 1958, giải thưởng thơ trường Quốc học Huế. Năm 1960, phụ trách một chương tình thơ, có tên *Con tàu thi ca*, Đài phát thanh Huế.

**

Bút hiệu Cung Tích Biền xuất hiện lần đầu tiên trên tuần báo *Nghệ Thuật*, tháng Ba 1966, tại Sàigòn, với truyện ngắn "Ngoại ô, Dĩ An và linh hồn tôi".

Truyện này được viết tại Bạc Liêu tháng Mười một 1965. Tháng Ba 1965 quân đội Mỹ đổ bộ lên Cảng biển Đà Nẵng, trực tiếp tham chiến vào chiến trường Việt Nam.

Có truyện đăng trên hầu hết các nhật báo, tuần báo, tập san văn học nghệ thuật có giá trị, trước và sau 1975, trong và ngoài nước, cả trên các trang web văn học. Có tác phẩm dịch sang Anh và Pháp ngữ.

Có rất nhiều sách, truyện ngắn truyện dài, đã in, đã phát hành từ những năm của thập niên 60 tại Miền Nam thế kỷ trước, tới sách đang in, sẽ in, phát hành tại Mỹ trong thế kỷ này.

Tác giả hiện định cư tại Midway City. Orange County, California.

I. Tác phẩm đã in:

- *Ái tình ai điên* (tân truyện, 1968)
- *Nỗi buồn thắp sáng* (tập truyện, 1969)
- *Cõi ngoài* (tập truyện, 1969)
- *Hòa bình Nàng tình rỗng* (tiểu thuyết, 1970)
- *Chim cánh cụt* (tiểu thuyết, 1990)
- *Một thời lưu lạc* (tiểu thuyết, 1990)
- *Tình yêu mùa ảo ảnh* (tiểu thuyết, 1991)
- *Thằng Bắt Quỷ* (tập truyện, Tân Thư, Hoa Kỳ, 1993)
- "En Traversant le fleuve" (Edition Philippe Picquier, Paris, 1994, [bản dịch "Qua sông" của Phan Huy Đường])
- *Xứ động vật* (tân truyện 2018)
- *Mùa xuân cô Mơ Bay* (2019).
- *Đành lòng sống trong phòng đợi của lịch sử* (Phỏng vấn, Giấy Vụn xuất bản, 2015)
- *Đành lòng sống trong phòng đợi của lịch sử* (Bản mới, 2021, có thêm phần Phỏng vấn)
- *Thằng Bắt Quỷ* (Bản mới 2021)
- *Nhạc điệu của bầy ong* (2021)
- *Một Thời nên Vắng Mặt* [tân truyện 2021]
- *Khí hậu Cộng Hòa [Bạch Hóa]* tập truyện 2021.

II. Một Mình:

Năm 2007, khi còn ở trong nước, dưới sự kiểm duyệt gắt gao, hạn chế quyền tự do in ấn, tác giả đã chủ trương nhà xuất bản Một Mình, tự in ấn và phát hành những tác phẩm của chính tác giả không thông qua sự kiểm duyệt của nhà nước XHCN.

Nhà xuất bản Một Mình có từ 2007, đã in cả thảy 6 (sáu) tập truyện và một bộ *Toàn tập Cung Tích Biền*, gồm (1) *Toàn tập I* (Số đặc biệt *Văn chương Cung Tích Biền*, 2009 ww.Damau.org); (2) *Toàn tập II* (2010, truyện ngắn); (3) *Toàn tập III* (2011, truyện ngắn); (4) *Toàn tập IV* (2012, truyện ngắn); (5) *Toàn tập V* (tiểu thuyết *Mùa hạ*, đã đăng 194 kỳ trên nhật báo *Người Việt*, California 2012, in thành sách tại VN, 2014).

III. Tác phẩm in chung:

- "Trên ngọn lửa" - Tuyển truyện 12 tác giả Doãn Quốc Sỹ, Thanh Tâm Tuyền, Cung Tích Biền, Nguyễn thị Hoàng, Nhã Ca, Mai Thảo... [Hoàng Đông Phương, Sàigòn, 1971]

- "Bạch hóa" - Những truyện ngắn hay nhất của quê hương chúng ta. [Sóng, Sàigòn, 1974]

- "Thằng Bắt Quỷ" - Truyện ngắn Việt Nam thế kỷ XX [Kim Đồng, Hà Nội, 2001]
- "Đêm hoang tưởng" – Tuyển tập Đêm bướm ma [Văn Học, Hà Nội, 2004]
- "Qua sông" – Truyển tập 30 năm Tạp chí Sông Hương [Huế 2012]
- "Thằng Bắt Quỷ" -Tuyển tập 44 năm Văn chương Hải ngoại [Nhân Ảnh , Hoa Kỳ 2019]

IV. Lời ngoại chú:

Hiện các tác phẩm của Cung Tích Biền sáng tác trước 1975, và một số lớn sáng tác sau 1975, đang bị cấm sưu tập, in ấn, lưu hành tại Việt Nam.

Do hoàn cảnh, hãy còn một số lớn các tác phẩm của tác giả (truyện ngắn, truyện vừa) đã đăng rải rác khắp nơi chưa thể được sưu tập đầy đủ.

Trước 1975, Tác giả đã từng viết tiểu thuyết đăng thường ngày (*feuilleton*) nhiều năm, trên nhiều nhật báo, *Hòa Bình, Độc Lập, Điện Tín, Đông Phương* (không kể các nhật báo *Dân Chúng, Da Vàng, Sóng Thần*). Rất nhiều tác phẩm *feuilleton* đã hoàn thành, tới nay chưa hề xuất bản tác phẩm nào.

Một số tác phẩm đáng ra phải xuất bản trước 1975, nhưng do nhiều lý do thời cuộc, đến nay vẫn chưa, như các tiểu thuyết *Luống cải vàng*, *Bên dòng nước biếc*, *Nỗi lòng người phương Đông*... (Tuần báo *Đời*), *Những bọ và rắn* (tạp chí *Quần Chúng*), và *Trường giang* (Tuần báo *Khởi Hành*). Một số tác phẩm thời kỳ in giấy nay xem như tuyệt bản tại Việt Nam do đại nạn thu gom đốt bỏ, sau tháng Tư 1975, của chế độ Hà Nội.

Mục lục

Lời giới thiệu
của Nhà xuất bản Giấy Vụn   9

Lời nhà xuất bản Thao Thao   15

Đành lòng sống trong
phòng đợi của lịch sử   19
Lý Đợi thực hiện

Phỏng vấn nhà văn
Cung Tích Biền   101
Đặng Thơ Thơ thực hiện

Cung Tích Biền con người,
cuộc đời và các sáng tác   195
Mặc Lâm thực hiện

Nhà văn Cung Tích Biền
gặp gỡ nhóm Trước Mặt   205

"Mộng ảo với quỷ thần" Cung Tích Biền
trả lời phỏng vấn chuyên đề thiếu nhi 225
Da Màu thực hiện

Phỏng vấn nhà văn
Cung Tích Biền 241
Phạm Viêm Phương thực hiện

Tiểu sử & tác phẩm 315

Nhà xuất bản Thao Thao
Tổng phát hành trên toàn thế giới

Liên lạc Nhà xuất bản
& đặt mua sách:
info@thaothao.net

www.ingramcontent.com/pod-product-compliance
Lightning Source LLC
Chambersburg PA
CBHW020517080526
44583CB00013B/630